ഗ്രീൻ ബുക്സ്

ജന്മപുരാണം

എസ്. രമേശൻ നായർ

കവി, ഗാനരചയിതാവ്, പത്രപ്രവർത്തകൻ, നാടകകൃത്ത്, വിവർത്തകൻ, തിരക്കഥാകൃത്ത്. 1948 മെയ് 3ന് കന്യാകുമാരി ജില്ലയിലെ കുമാരപുരം ദേശത്ത് ജനനം. സൗത്ത് ട്രാവൻകൂർ ഹിന്ദു കോളേജ്, നാഗർകോവിൽ; കാത്തോലിക്കേറ്റ് കോളേജ്, പത്തനംതിട്ട എന്നിവിടങ്ങളിൽ വിദ്യാഭ്യാസം. 1973 മുതൽ 1975 വരെ കേരള ഭാഷാ ഇൻസ്റ്റിറ്റ്യൂട്ടിൽ സബ് എഡിറ്റർ. 1975 മുതൽ ആകാശവാണിയിൽ. 1995ൽ സ്വയം വിരമിച്ചു.

കൃതികൾ: കന്നിപ്പൂക്കൾ, പാമ്പാട്ടി, ഹൃദയവീണ, സൂര്യഹൃദയം, ഭാഗപത്രം, 101 ശ്രീകൃഷ്ണഗാനങ്ങൾ (കവിത), ആൾരൂപം (ഏകാംഗങ്ങൾ), ശിവശതകം, ഗുരുവായൂരപ്പ ശതകം (ഖണ്ഡകാവ്യം), ശതാഭിഷേകം (റേഡിയോ നാടകം), പഞ്ചാമൃതം (കുട്ടിക്കവിതകൾ), തിരുക്കുറൾ, സുബ്രഹ്മണ്യഭാരതിയുടെ കവിതകൾ, ഇളയരാജയുടെ സംഗീതക്കനവുകൾ (വിവർത്തനം).

പുരസ്കാരങ്ങൾ: പുത്തേഴൻ അവാർഡ്, ഇടശ്ശേരി അവാർഡ്, കേരളപാണിനി പുരസ്കാരം, വെണ്മണി അവാർഡ്, പൂന്താനം സ്മാരക അവാർഡ്, മഹാകവി ഉള്ളൂർ അവാർഡ്, ജന്മാഷ്ടമി പുരസ്കാരം, മഹാകവി വെണ്ണിക്കുളം അവാർഡ്, രേവതി പട്ടത്താനം കൃഷ്ണഗീതി പുരസ്കാരം, ഫിലിം ക്രിട്ടിക്സ് അവാർഡ്, സമഗ്ര സംഭാവനയ്ക്കുള്ള കേരളസാഹിത്യ അക്കാദമി പുരസ്കാരം.

*വിലാസം: മാധവ നിവാസ്, എളമക്കര തപാൽ,
കൊച്ചി – 682 026*

കവിത

ജന്മപുരാണം

എസ്. രമേശൻ നായർ

ഗ്രീൻ ബുക്സ്

green books private limited
gb building, civil lane road, ayyanthole,
thrissur- 680 003, kerala, ph: +91 487-2381066, 2381039
website: www.greenbooksindia.com
e-mail: info@greenbooksindia.com

malayalam
janmapuranam
poem
by
s. ramesan nair

first published 1980
second impression 1982
first green books edition october 2011

cover design : rajesh chalode

branches:
thrissur 0487-2422515
thiruvananthapuram 0471-2335301
calicut 0495 4854662
ernakulam 8589095302

isbn : 978-93-80884-45-5

GBPL/395/2011

മുഖക്കുറി

ഒരു വ്യവസ്ഥിതിയെ അതിന്റെ എല്ലാ രൂക്ഷതയോടും കൂടി ആവിഷ്കരിച്ചിരിക്കുന്ന കാവ്യമാണ് ജന്മപുരാണം. നമ്പൂതിരി സമുദായത്തിന്റെ വെളിച്ചത്തിലേക്കുള്ള ഉണർവിനിടയിൽ കടന്നുപോകേണ്ടിവന്ന തിക്തയാഥാർഥ്യങ്ങളെ കവി തൊട്ടറിയുന്നു. ജീവിതാനുഭവങ്ങളെ ദാർശനികമായ അകക്കണ്ണോടെ കാണുന്നു. വ്യവസ്ഥാപിത സങ്കല്പങ്ങളും അതിന്റെ ജീർണതകളും ആത്മീയ സ്വത്വ പ്രതിസന്ധിയുടെ ദാർശനികതയും കവി ഇവിടെ അനാവരണം ചെയ്യുന്നു. ജീവിതം ഇവിടെ ഒരു പൊളിച്ചെഴുത്താണ്. തകരുന്ന കുടുംബത്തിൽനിന്നും ഉദാത്തമായൊരു മാനവ വിമോചനമാണ് ഈ കവിതയുടെ സന്ദേശം. ദേശീയതയും വിപ്ലവവും വിമർശനവിധേയമാക്കുന്ന കവിതയാണിത്. തന്റെ മകൾക്ക് മാറ്റാരിലോ പിറന്ന ഒരു കൈക്കുഞ്ഞിനെ നെഞ്ചിലേറ്റിക്കൊണ്ട് ഒരു പുതുജീവിതത്തെ വരിക്കാനൊരുങ്ങുകയാണ് ഇതിലെ മുത്തച്ഛൻ. കാലഘട്ടത്തിന്റെ സ്മാർത്തവിചാരമെന്ന് മൂന്നു പതിറ്റാണ്ടുകൾക്ക് മുമ്പ് വിശേഷിക്കപ്പെട്ട ഈ കാവ്യം ഇപ്പോഴും പ്രസക്തമാണ്.

കൃഷ്ണദാസ്
മാനേജിങ് എഡിറ്റർ

"ദേവദത്തോഹമിത്യേതദ്
വിജ്ഞാനം നിരപേക്ഷകം..."

- ശ്രീശങ്കരൻ

ഉള്ളടക്കം

ജന്മകാണ്ഡം

ഒന്ന്

ജനനീജന്മസൗഖ്യാനാം
വർദ്ധനീകുലസമ്പദാം
പദവീപൂർവപുണ്യാനാം
ലിഖ്യതേ ജന്മപത്രികാ.

കാലത്തിന്റെ ചിതൽപ്പുറ്റിൽ
തപം ചെയ്തു പിറന്ന നീ
കണ്ടതെന്താദ്യമായ്? കൂര-
മ്പുടക്കും പ്രാണസങ്കടം?

തടവിൽപ്പെട്ടു കേഴും ത-
ന്നമ്മയെ,ദ്ധർമ്മചര്യയെ
വിശ്വരൂപ പ്രകാശത്താ-
ലുദ്ധരിക്കേണ്ടൊരുണ്ണി നീ

ഉറഞ്ഞ മൗനമായ്ത്തീർന്നൊ-
രീറ്റില്ല,ത്താട്ടുതൊട്ടിലിൽ
ജീവിതത്തിന്റെ ദുഃസ്വപ്നം
കണ്ടു ഞെട്ടിക്കരഞ്ഞുവോ?

എന്തിന്നുവേണ്ടി ഹോമാഗ്നി-
കുണ്ഡം നീന്തിക്കടന്നു നീ?
നാവിലെന്തിന്നു ശേഷിച്ചൂ
'അഗ്നിമീളേ പുരോഹിതം?'

ഉച്ചവേനലുമില്ലത്തെ-
ത്തൊട്ടുതീണ്ടാതൊതുങ്ങവേ,
കണ്ണാപ്പെടായ്കെന്നു കാക്ക-
പ്പൂക്കൾ ദൂരെക്കുണുങ്ങവേ,

ഉപനീതൻ പൂണുനൂൽപ്പു-
ഞ്ചിരിയായി നടന്നു നീ
ഋക്കിലെത്തിരി നാവിന്മേൽ
ജ്വലിപ്പിച്ചു പഠിക്കവേ,

ശ്രീലകത്തെബ്ഭഗവതി
നെയ്‌വിളക്കിൽച്ചിരിക്കവേ,
താളിയോലകളിൽപ്പുണ്യ-
ത്തിന്റെ വർണ്ണം നിരത്തവേ,

നെൽക്കറ്റകളുയർത്തുംപൊൽ-
ക്കുന്നിലെബ്ബാലഭാസ്കരൻ
എഴുത്താണിത്തുമ്പു നീട്ടി-
ഗ്ഗണിച്ചൂ ഭാഗ്യജാതകം.

പ്രതാപത്തിൻ തലക്കെട്ടു-
കെട്ടിനിൽക്കുന്നൊരാനകൾ;
അനേകം കത്തിവേഷങ്ങ-
ളരങ്ങേറുന്ന രാവുകൾ.

പാൽപ്പായസത്തിലെച്ചൂടു
പതിവായ്ക്കാത്തു പോന്നുവോ
അപ്ഫൻ കാതിലിടും വൈര-
ക്കടുക്കന്റെ കൊടുംവെയിൽ?

സമൃദ്ധിതന്നെയാണെന്നാ-
ലോപ്പോൾക്കെന്നും വ്രതങ്ങൾതാൻ
മറ്റെന്തുവഴിയുണ്ടേഴിൽ-
ക്കുജൻ സന്തുഷ്ടനാകുവാൻ?

സമൃദ്ധിയേറെയാ,ണെന്നാൽ
പള്ളിക്കൂടത്തളർച്ചയിൽ
ഉച്ചപ്പട്ടിണിയാമുണ്ണി
മാനം നോക്കിയിരിക്കണം.

സദ്യയ്ക്കു നൂറ്റുപേരുണ്ണാ-
നിരിക്കെ,ദ്ദേവദത്ത, നീ
ഉപവാസവ്രതത്തിന്റെ
കഷായക്കയ്പ്പു മോന്തണം.

അടിച്ചുവാരുവാൻ നീന്തു-
മടിമത്തത്തുടുപ്പുകൾ,
കയ്യെത്തിയാൽത്തൊടാനാവും
കന്യകാത്വമുഴുപ്പുകൾ!

താക്കോൽക്കൂട്ടം സുഖിക്കുന്നൂ
താഴില്ലാത്തൊരിരുട്ടിലും
പത്തായവും കിതയ്ക്കുന്നൂ;
പകയായ്പ്പല്ലിറുമ്മി നീ.

ഞാറ്റുകണ്ടത്തിലന്യന്മാ-
രമർഷം താൻ വിതയ്ക്കവേ;
സർപ്പക്കാവിൻ പടത്തിന്മേൽ
മുള്ളുവേലികൾ തീർക്കവേ;

പുറത്തിറങ്ങിയില്ലപ്ഫൻ
പുണ്യക്ഷയഹതാശയൻ;
കോടതിച്ചീട്ടിലൊന്നൊന്നായ്
നിലം പൊത്തുന്നു നന്മകൾ.

അകർമ്മണ്യതയോരോരോ
താളിൽക്കൈമുദ്ര ചാർത്തിപോൽ;
കോസറിപ്പടിമേൽച്ചിന്താ-
ദുഃഖം താങ്ങിക്കിടന്നുപോൽ.

കോണിപ്പടിയിറങ്ങുമ്പോ-
ളിടറുന്നൂ പലപ്പൊഴും
വെള്ളികെട്ടിയ തന്നൂന്നു-
വടിതൻ നിസ്സഹായത.

കെട്ടുവള്ളങ്ങളായില്ല-
ത്തേഴുപേർ വീർപ്പുമുട്ടവേ
കാര്യസ്ഥൻ വീടു തീർക്കുന്നൂ
പെണ്മക്കൾക്കന്യനാട്ടിലും!

വൈയർത്ഥ്യബോധമായ്പ്പൂക്കു-
മൊരുനാ,ളിടവേളയിൽ
കൃഷിപ്പാടത്തു നിന്നെക്ക-
ണ്ടിറുക്കീ കരിഞ്ഞണ്ടുകൾ.

ചൊവ്വാദോഷത്തിലോപ്പോൾക്കു
മുലക്കണ്ണു കറുത്തുവോ?
ഉറഞ്ഞ ഗദ്ഗദംപോൽ നി-
ന്നില്ലം നിന്നു വിറച്ചുവോ?

മാറിപ്പായും കൊടുങ്കാറ്റിൽ
മാമരപ്രൗഢി വീഴവേ,
കുലുങ്ങാതെയൊരേനിൽപ്പാ-
ണില്ല സ്ഥാവരമൂഢത!

മദംപൊട്ടിക്കലമ്പുന്നൂ
മനസ്സിൽക്കൊമ്പനാനകൾ;
എവിടെപ്പോയി പാപ്പാൻ,തൻ
കണ്ണാൽത്തോട്ടി വലിപ്പവൻ?

കൂച്ചുപൊട്ടിച്ചൊരാക്രുദ്ധ-
നിമിഷം കൂർത്ത കൊമ്പിനാൽ
ആൽത്തറയ്ക്കൽക്കീറിയില്ലേ
ഭയാനക നിണപ്പുഴ?

ഭാരമല്ലല്ലി ബന്ധങ്ങൾ
ആരെയെങ്ങോട്ടിറക്കുവാൻ?
കരിങ്കല്ലോ വിലങ്ങുന്നൂ
കണ്ഠത്തിൽ,ക്കർമ്മനാളിയിൽ?

അപമാനക്കറുപ്പത്രേ
ആകാശത്തിന്നനന്തത
അവിടെക്കത്തിവേഷങ്ങൾ
അരങ്ങേറ്റം തുടങ്ങിയോ?

ഉണ്ണിക്കൈയ്ക്കെന്തു സാധിപ്പൂ?
ഉറക്കെക്കരയാവു നീ
വലുതാകാവു നിൻ കൺകൾ
വരും കാലത്തെ വെല്ലുവാൻ.

രണ്ട്

അടച്ചൂവാതിൽ; പിണ്ഡംവെ-
ച്ചിറക്കീ 'സാധന'ത്തിനെ,
പുണ്യാഹത്തിൽക്കുതിർന്നേപോ-
യില്ലത്തെക്കൂരിരുട്ടുകൾ.

വീണൊരപ്ഫന്റെ വൈവശ്യം
താഴും ചാരുകസാലയെ
വലംവയ്ക്കുന്നു മൗനത്തിൻ
വെളിച്ചപ്പാടു പിന്നെയും.

ഉടഞ്ഞ മൂകദുഃഖംപോ-
ലകന്നേപോയ്സ്സഹോദരി;
ഗദ്ഗദത്താൽത്തുളുമ്പീ നി-
ന്നിടനെഞ്ചിലെ മൺകുടം!

എല്ലാം കണ്ടി,ട്ടറിഞ്ഞിട്ടും
നിർവികാരപ്രതീകമായ്
ഒഴുകും പുഴവക്കത്തു
സ്വയംഭൂവായുറയ്ക്കവേ,

നിന്നെയേതോ പരിഭ്രാന്തി
വിളിപ്പൂ, മിഥ്യതാണ്ടി നീ
ഇല്ലപ്പടി കടക്കുമ്പോ-
ളില്ലാതായ് സാന്ധ്യശോഭയോ?

ഇരുൾ നീന്തിച്ചെന്നടിഞ്ഞൂ
പൂമുഖത്താത്മനിന്ദ നീ;
അസ്തമിച്ചു കിടക്കുന്നു-
ണ്ടപ്ഫ,നാത്മീയ ഭാസ്കരൻ!

അദ്ദേഹത്തിന്റെ ദുഃഖങ്ങ-
ളവസാനിച്ച ബിന്ദുവിൽ
വൈരക്കടുക്കനില്ലാത്ത
വലംകാതായി നിന്നു നീ!

അർക്കസന്നിഭമത്യുഗ്ര-
പ്രഭവാർക്കും പ്രതാപമേ,
കാത്തുവെച്ചോ നിഗൂഢം നീ
നിനക്കായൊരിരുട്ടറ?

തണൽക്കുട വിടർത്തും മൂ-
വ്വാണ്ടൻ മുറ്റം തകർക്കവേ
അറ്റുവേർപെട്ടതില്ലത്തി-
ന്നടിവേരുയിരല്ലയോ?

ബ്രഹ്മരക്ഷസ്സുവാഴും നിൻ
മച്ചകത്തെത്തമസ്സിലോ
തലകീഴായി നിൽക്കുന്നൂ
ചലനം ചത്ത ഭീതികൾ?

ആറു സോദരിമാരന്യൂ-
നാശ്രുപൂജകൾ ചെയ്കിലും
കൊടുവേനലിൽ വറ്റിപ്പോ-
യില്ലത്തെത്താമരക്കുളം!

തർപ്പണത്തിന്നു കൈകോട്ടി-
ക്കോരും പുണ്യജലത്തിലോ
മൃതമത്സ്യാവതാരം! ഹാ
തെന്നിപ്പോകുന്നു മന്ത്രവും!

നാലുപേരിന്നു സംബന്ധ-
ച്ചെല്ലംനീട്ടി ക്ഷണിക്കവേ,
ഉദ്യോഗപ്രൗഢിയാൽജ്ജാമാ-
താക്കളന്തസ്സുയർത്തവേ,

അരയിൽത്തോർത്തു ചുറ്റിക്കൊ-
ണ്ടടുക്കൽക്കാത്ത സേവനം
അഭിമാനത്തിന്റെ തങ്ക-
ക്കസവിട്ടു പിരിഞ്ഞുപോയ്.

നിയമം വന്നു മുട്ടുന്നു
എണ്ണവറ്റും വിളക്കിലും;
കുറിചാർത്തിച്ചതാണപ്ഫൻ
വെള്ളത്താളിന്റെ നെറ്റിയിൽ!

സർപ്പക്കാവിൽ കുടിൽപ്പറ്റ-
ക്കുടിയേറ്റം; പൊടുന്നനെ
ഉയർന്നൂ പള്ളി നിസ്വാർത്ഥ-
ത്യാഗസങ്കീർത്തനത്തിനായ്.

അറിയുന്നീല കാര്യസ്ഥൻ
അതിന്നപ്പുറമൊന്നുമേ;
പ്രമേഹംപോലെയില്ലത്തെ
പ്രശ്നവും വികസിയ്ക്കയോ?

ഉണക്കച്ചോറിൽ വെട്ടുന്നൂ
റേഷൻകാർഡിന്നുദാരത;
ഉരിയാടീലതിൻ ദുഃഖം
ശ്രീലകത്തുള്ളൊരമ്മയും.

ഒഴുക്കിൽപ്പോകയാണോരോ
പണ്ടത്തിന്റെ തുരുമ്പുകൾ;
പശപ്പച്ചരികൊണ്ടൊട്ടി-
ക്കുന്നു നാമീ പ്രതാപവും!

കുടിയേറിയ ബാപ്പുട്ടി
മുതലാളി ചമഞ്ഞനാൾ
കടൽ നീന്തിപ്പോയ ചെക്കൻ
പെട്ടുകിട്ടീ ദുബായിയിൽ.

പറഞ്ഞ വില തന്നെന്തും
വാങ്ങുമാസ്സൗമ്യനെങ്കിലും
ഇല്ലത്തു വിൽക്കുവാനെന്തു-
ണ്ടുലക്കച്ചുറ്റു പറ്റുമോ?

നന്ദിയുള്ളവരാലത്രേ
നിലനിൽക്കുന്നതിപ്പൊഴും
അനന്താകാശഹൃദയം
അതിൽത്തൂങ്ങുന്ന ഭൂമിയും!

എന്തുചെയ്യുന്നു ഹാ, തല്ലി-
യിറക്കപ്പെട്ട മൂത്തവൾ?
ഏതോ പട്ടണമാം പാപം
നെഞ്ചിലേറ്റിക്കിതപ്പവൾ?

ദുരൂഹംതാൻ തുടക്കം പോ-
ലൊടുക്കത്തിൻ മുഹൂർത്തവും
ജന്മത്തിന്റെ വിഴുപ്പേറ്റും
ഗർദ്ദഭംപോലെ നീങ്ങി നീ.

മണൽക്കാട്ടിൽ ക്ഷീണമേ, നിൻ
മനസ്സും കണ്ണടയ്ക്കയോ?
നിന്റെ സാഫല്യമാകാവൂ
ഒരുനേരത്തെയൂണരി!

മൂന്ന്

വള്ളിപൊട്ടും ചെരിപ്പിന്മേൽ
തെന്നിവീഴും പ്രതീക്ഷ നീ.
ഗംഗാതീർത്ഥം നിനക്കിപ്പോൾ
നഗരപ്പച്ചവെള്ളവും!

ശൂന്യമാമിത്തുണിസ്സഞ്ചി-
യെന്താണിത്ര കനക്കുവാൻ?
അതിന്നകത്തുറഞ്ഞിട്ടു-
ണ്ടൈഹികപ്പാറയല്ലയോ?

വെട്ടം കാണാതിരുട്ടാണ്ടൂ
ജീവിതത്തിന്റെ തെക്കിനി;
എണ്ണയില്ലാതെയും പക്ഷേ
കത്തുന്നൂ നാവിലെത്തിരി!

കലങ്ങിമറിയും ഭ്രാന്ത-
നഗരക്കുത്തൊഴുക്കിൽ നീ
തുരുമ്പാകുന്നു താഴുന്നൂ
താണുപൊന്തുന്നു പിന്നെയും.

നിനക്കാശ്വാസമൊറ്റയ്ക്കു
മുങ്ങിച്ചാവും നിമേഷവും;
ചത്ത നിൻ പ്രേതമാപ്പീസിൻ
വായിൽത്തന്നെയടിഞ്ഞുവോ?

എന്തൊരാൾക്കൂട്ട!മന്യോന്യം
കുത്തിക്കീറുന്ന കണ്ണുകൾ!
മനസ്സിൽക്കെട്ടുനീറുന്നൂ
ചുടലത്തീപ്പടർപ്പുകൾ!

ചതുരംഗത്തിനെത്തിപ്പോയ്
ബിരുദച്ചീട്ടുമായി നീ
ഭംഗിവാക്കാൽപ്പുറംതള്ളാ-
തെന്തുചെയ്യും സവർണ്ണനെ?

മടങ്ങിപ്പോക, നിൽക്കായ്ക
മറ്റുള്ളോർക്കു ചതുർത്ഥിയായ്
ഇവിടെത്തീണ്ടലുള്ളോൻ നീ
അധഃകൃത,നവർണ്ണനും!

മലവെള്ളമിരമ്പുന്നൂ
പ്രായപൂർത്തിത്തിയേറ്ററിൽ;
മലർന്നത്രേ കിടക്കുന്നൂ
താരഭാഗ്യനിഗൂഢത!

വിഴുപ്പലക്കു രാഷ്ട്രീയം-
പോലെതന്നെയനന്തമായ്
ഒരു മൈതാന,മെങ്ങോപോയ്
കല്ലിച്ചൂ നിൻ തളർച്ചകൾ!

പതുങ്ങിക്കൊക്കുരുമ്മുന്നോ-
രിണപ്പക്ഷികൾ രൂക്ഷമായ്
നോക്കുന്നൂ നിന്നെ?യമ്പെയ്യും
കാടൻ നീ ചെന്നിരിക്കയോ?

കലാലയ മഹാദുഃഖ-
ക്കടൽതാണ്ടിപ്പറന്നവർ,
അവർക്കു കുറുകിച്ചേരാ-
നൊരുശാപം തടസ്സമോ?

ഒളിച്ചോടുകയല്ലല്ലീ
ഓരോരുത്തരുമിങ്ങനെ
ഒരു കണ്ണീർത്തുരുത്തിൻ നേർ-
ക്കുപ്പുവെള്ളം കുടിക്കുവാൻ?

പരസ്പരമറിഞ്ഞാലു-
മറിയാത്തൊരവജ്ഞകൾ
പകൽമാന്യതയാം മുട്ട-
ത്തോടുടയ്ക്കുന്ന പാഴ്ച്ചിരി;

മുദ്രാവാക്യം മലം മൂത്ര-
മൊഴുകിച്ചീർത്ത ചാലുകൾ,
അനാഥപ്രേതവും വാർത്ത-
യല്ലാതാവുമുഷസ്സുകൾ;

ജീവിതപ്പച്ച കത്തുമ്പോൾ
പടർന്നേറും വിഷപ്പുക;
ശ്വസിച്ചാവൂ ഭാവിപൗരൻ
പുരോഗമനമാം പക!

അഭിമാനം വിശപ്പാക്കും
തുലാസ്സിൽത്തൂക്കി വിറ്റു നീ
ആയിരങ്ങളെയൂട്ടാൻ പ-
ണ്ടരിവച്ച കരുത്തുകൾ.

ഇന്നു മുങ്ങിക്കലക്കാവൂ
നീ നിൻ നരകവാരിധി
ഉപ്പുകല്ലുള്ള ചോറെന്ന
സത്യം സാക്ഷാത്കരിക്കുവാൻ.

എന്തും വിലയ്ക്കു കിട്ടും കൂ-
രിരുട്ടിന്റെ നടുക്കു നീ
കള്ളനാണയ,മന്യർക്ക-
ത്താഴത്തിൽത്തലനാരിഴ!

വന്നുമുട്ടുന്നു വാതില്ക്കൽ
പരിചാരകസേവനം;
നടുനീർത്താനുമാവാത്ത
നട്ടപ്പാതിരയിങ്കലും.

വാറ്റുകുപ്പിയിലെസ്സൗഖ്യം
വേണ്ടാത്തോൻ നീ മൊഴിഞ്ഞുവോ
'വാറ്റി ഞാനെന്റെയിക്കണ്ണീ-
രാവിയാക്കട്ടെ സോദരാ...'

ചുളിഞ്ഞ മെത്തയിൽച്ചോര-
ച്ചാലുകണ്ടു നടുങ്ങവേ,
ഉറക്കെക്കരയാമോ? നീ
വിലക്കുള്ള പരിഷ്കൃതൻ!

നിറഞ്ഞ വയറുംതാങ്ങി-
യിറങ്ങിപ്പോയ പെങ്ങളേ,
അടുത്ത മുറിയിൽക്കേൾപ്പൂ
നിൻകിതപ്പുകളല്ലയോ?

കാലൻ ചിറകുവീശി,ത്തീ-
ക്കണ്ണിൽക്കാമം പടർത്തിയും
കഴുകന്മാർ ചുറ്റിടുന്നൂ
നഗരാർണ്ണവരാത്രികൾ.

പുലർന്നുകിട്ടിടാതെങ്ങോ-
ട്ടിറങ്ങും ധർമ്മഭീരുത?
പക്ഷേ പുലരുമോ നേരേ
നയിക്കും കർമ്മധീരത?

നാല്

നിശാവാണിഭ വൈക്ലബ്യം
പിഴിഞ്ഞിട്ട ഞരമ്പുകൾ
ഉണരാൻ വൈകലാണിപ്പോൾ
പട്ടണത്തിൻ പരിഷ്കൃതി.

കറക്കത്തിൻ കടുംചോപ്പു-
കടയും കൺമിഴിച്ചതാ
ആലസ്യം വിട്ടെഴുന്നേൽപ്പൂ
ഹൃദയംപോലഹസ്കരൻ.

വെറുതേ കണ്ടുപോകുന്നൂ
പത്രമാപ്പീസുകെട്ടിടം—
ജനാധിപത്യക്കൊട്ടാരം!
നിൽക്കുവിൻ ചരണങ്ങളേ!

അടച്ച ചേംബറിൻ മുന്നി-
ലാജ്ഞകാക്കുന്നു സേവകൻ;
താരങ്ങളുഴിയുന്നൂ പോ-
ലകത്തെ സ്ഥിതിനാഥനെ!

ഇവിടെത്താൻ പിറക്കുന്നൂ
ശുദ്ധസംസ്കാരവാരിക;
അനേകലക്ഷങ്ങൾ വായി-
ച്ചാസ്വദിക്കും പ്രഹേളിക!

അറേബ്യൻ ഗൾഫിലുണ്ടത്രേ
അളിയന്മാരൊരഞ്ചുപേർ;
പ്രസവിക്കാത്ത പെങ്ങന്മാ-
രയയ്ക്കുന്നൂ കുഴൽപ്പണം!

വിലയ്ക്കുവാങ്ങിയദ്ദേഹം
വിശ്വസംസ്കാരമീയിടെ;
വിസിറ്റിംഗ് കാർഡു കാണിച്ചാ-
ണുദിക്കുന്നതു സൂര്യനും!

പടിയാറും കടന്നെത്തി-
ദ്ദർശിച്ചു നിൻ കുചേലത;
എയർക്കണ്ടീഷൻഡു റൂമി-
ലിരുന്നരുളുമാസ്സുഖം!

ചുമരിൽച്ചില്ലുചിത്രത്തിൽ
നെഞ്ചുപൊട്ടിക്കിടക്കയാം
ഏതോ ദേശാഭിമാനത്തിൻ
ക്ഷയരോഗം പിടിച്ചൊരാൾ.

വത്സരങ്ങൾക്കു മുമ്പത്തെ-
ക്കലാലയ വരാന്തയിൽ
അശ്ലീലം വില്ക്കുവാൻ വന്ന
മുഖം നീ വീണ്ടുമോർക്കയോ?

ദേവദത്താ, നിയന്ത്രിക്കൂ
മനസ്സിൻ കുഴിയാനയെ;
അപ്പം തിന്നാൻ വന്നവൻ നീ
കുഴിയെണ്ണാതിരിക്കുക.

വിദേശനിർമ്മിതം കാറിൻ
വിയർപ്പൊക്കെത്തുടയ്ക്കുക;
വേണമെങ്കിൽക്കുറെസ്സന്ധ്യാ-
നാമംകൂടി ജപിക്കുക!

സമയാസമയംകിട്ടു-
ന്നില്ലയോ നിന്റെ ഭക്ഷണം;
ചരിയാനിടവും ഫൈവ്സ്റ്റാർ-
ഹോട്ടലിന്റെ വരാന്തയിൽ?

ആദായമുതലക്കണ്ണീർ-
പ്പുഴയിൽക്കൂടിയാ മഹാൻ
തുഴഞ്ഞുപോവുകിൽപ്പോട്ടേ
സ്വർണ്ണത്തോണിയിലങ്ങനെ.

റോട്ടറിച്ചെത്തത്തിലെത്തി
പ്രൂഫിൻമുന്നിലിരിക്ക നീ;
അക്ഷരത്തെറ്റുതാനല്ലീ
ആദ്യന്തം നിന്റെ ജീവിതം?

ളുക്കിലെത്തീ ജ്വലിപ്പിക്കും
നാവെന്തേ മരവിയ്ക്കുവാൻ?
അടുത്തുവയ്ക്കിലും കണ്ണിൽ-
പ്പെടുന്നീലൊറ്റയക്ഷരം!

നിനക്കുണ്ടമ്മ പെങ്ങന്മാ-
രതിനാ,ലെഴുനേൽക്കുക;
അർദ്ധപ്പട്ടിണിയായാലു-
മൃക്കിലേക്കു മടങ്ങുക!

ദേവദത്താ, മനസ്സെന്ന
ശാപത്താൽപ്പുളയുന്നുവോ?
ഊരിവിൽക്കുക നീ നിന്റെ
പവിത്രസ്വർണ്ണമോതിരം!

അഞ്ച്

ലഭിച്ചൂ ശാപമോക്ഷം, നീ
ലക്ഷ്യം തേടിയിറങ്ങവേ
തകർന്നൊരച്ചുകൂടംപോൽ-
ക്കിടപ്പൂ നിന്റെ ലോകവും!

തുരുമ്പായിക്കഴിഞ്ഞല്ലോ
കർമ്മവൈഭവസന്ധികൾ;
തുടിക്കാതായി ചിത്തങ്ങൾ
കെട്ടൂ വഴിവിളക്കുകൾ.

ആട്ടിൻപറ്റങ്ങൾ ഹാ, പച്ച-
കാണാൻ തെണ്ടും കിനാവുകൾ
ഇനിയും രാമരാജ്യത്തേയ്-
ക്കെത്രദൂരം മെതിയ്ക്കണം?

കൈമോശപ്പെട്ടുപോയെന്നോ
കണ്ണീരിന്റെ വിശുദ്ധിയും?
എല്ലാം കൈവന്നതാണെന്നാൽ
നമ്മളില്ലിന്നു നമ്മളിൽ!

അക്ഷരം തൊട്ടുതീണ്ടാത്തോ-
രടിമക്കല്ലിലിപ്പൊഴും
നിത്യചൂഷണവാഗ്ദാന-
മലക്കുന്നൂ വിഴുപ്പുകൾ!

മുള്ളുവേലിയ്ക്കകത്തത്രേ
മുഗ്ദ്ധസാഫല്യപുഷ്പവും
അതിനെച്ചൊല്ലിയോ രക്തം
ചിന്തുന്നൂ നമ്മൾ തങ്ങളിൽ?

ഉടുക്കാനി,ല്ലതില്ലാത്ത-
തൊരർത്ഥത്തിൽസ്സുഖപ്രദം;
അരച്ചാൺ വയറിന്നായി-
ട്ടഴിയ്ക്കാനുള്ളതല്ലയോ?

തൊഴിലില്ലായ്മയും പക്ഷേ
ബാധിക്കുന്നീല നമ്മളെ;
കൂലിക്കൊടിപിടിച്ചാലും
കൂരയിൽപ്പുകയുന്നു തീ!

ചീഞ്ഞുനാറുന്നതെന്താണീ-
യിരുട്ടിന്റെ കയങ്ങളിൽ
പത്തുമാസം തികഞ്ഞിട്ടും
കൺമിഴിയ്ക്കാത്ത ഭാവിയോ!

എങ്ങു ഭാരതരേതസ്സിൽ-
പ്പിറക്കാവുന്ന കൽക്കി നീ
ധർമ്മം സ്ഥാപിക്കുവാനൊമ്പ-
തവതാരം വരിച്ചവൻ?

പാതാളക്കൂരിരുട്ടിൽത്താ-
ണടിയും ജീവിതങ്ങളെ
അമൃതൈകപ്രവാഹത്താ-
ലുയിർപ്പിക്കും ഭഗീരഥൻ?

എന്തിനേന്തുന്നതിബ്ഭാരം
പഴുതേ ദേവദത്ത, നീ
നിലത്തിറക്കിവച്ചാലും!
സർവ്വംസഹ വസുന്ധര!

പിന്നിട്ടുപോകയാണേവം
ദിനരാത്രവിമൂകത;
ജന്മംതൊട്ടേ തുടങ്ങുന്നൂ
മടക്കം, മൗനയാത്രയും.

വൃഥാ തങ്ങാൻ കൊതിപ്പൂ നാ-
മൊരു നാഴികയെങ്കിലും
കുത്തൊഴുക്കിൻ നടു,ക്കൊറ്റ-
പ്പുൽത്തുമ്പിന്റെ ഞരമ്പിലും.

വേളിവട്ടമൊരുക്കുന്നൂ
കാലഘട്ടങ്ങളിങ്ങനെ
ശവഭോഗം നടത്തുന്നൂ
ശപ്തവാഗ്ദാനവിപ്ലവം!

ചുടലക്കാട്ടിലെക്കണ്ണീർ-
ക്കുടംപേറി നടക്കയാം
തിരുവാതിര,യോണങ്ങൾ
വിഷുവും ഞാറ്റുവേലയും!

പിഴചെയ്യാതലഞ്ഞേപോം
ദണ്ഡകാരണ്യസത്യമേ,
ബിരുദാസ്വാസ്ഥ്യമാത്മാവിൽ-
ക്കടയും ദ്രോണവംശമേ,

ചേക്കേറുവി,നൊരേ തിയ്യിൽ-
ത്തപംചെയ്യുവി,നെങ്കിലോ
പുറ്റിരുട്ടിലുദിച്ചേയ്ക്കാം
പുലർകാലപ്രഭാങ്കുരം!

മടങ്ങിപ്പോകയാണില്ല-
ത്തേയ്ക്കുതാൻ ദേവദത്തനും;
ഭാരമേറുന്ന മോന്തായം
താങ്ങേണ്ടൂ ഗൗളിയല്ലയോ?

ആറ്

കിട്ടാത്ത മുന്തിരിക്കയ്പ്പായ്-
പ്പുളിപ്പൂ ദുഃഖജീവിതം,
തനിക്കു വേളിയിജ്ജന്മം
വേണ്ടെന്നാൾ മൂത്തസോദരി.

കുളി, നാമജപം, നോൽമ്പു
ഭസ്മവുംകൊണ്ടു വീട്ടിനാൾ
തന്നോടുതന്നെയാണോപ്പോൾ
പ്രതികാരം നിരന്തരം.

അവിചാരിത ഭാഗ്യങ്ങൾ
കൈകൾ നീട്ടി ക്ഷണിക്കിലും
അടച്ചിരിക്കയാം ശാഠ്യം
മനസ്സിൻ പഴുതൊക്കെയും.

മുടിനാരിഴയിൽപ്പോലും
മൂകവെണ്മ പുലർത്തുവോൾ
മൂന്നാമോപ്പോൾക്കു കൈവന്നൂ
മുടന്തൻ ഭാഗ്യമങ്ങനെ!

വിഷ്ണുക്ഷേത്രത്തിലെച്ചാണ-
ക്കല്ലിൽ പ്രാരബ്ധമിത്രനാൾ
അരച്ചരച്ചു തീർത്തിട്ടാ-
ണമ്പത്തൊന്നാം വയസ്സിലും.

അങ്ങേർക്കു വീണുകിട്ടുന്ന-
താശ്വാസക്കുറി, പെങ്ങളേ
കനിഞ്ഞാവൂ നിന്റെ നേർക്കാ-
വരൾക്കണ്ണിൻ സമാർദ്രത!

മൗനം പാലിച്ചതാമോട്ടു-
പാത്രം ചിറകിളക്കവേ,
നിറഞ്ഞുപോകയാണുള്ളം
നിൻസനാഥത്വമോർക്കവേ.

നേദ്യച്ചോറിൻ മണംകൊണ്ടീ
നാലകത്തെ നിറച്ചവൻ;
നിനച്ചിരിക്കാത്ത രക്ഷാ-
ദീപമായിത്തെളിഞ്ഞവൻ.

കുബ്ജയെപ്പുൽകിപോൽ കൃഷ്ണ-
പ്രേമം! മുങ്ങിയെടുക്കയോ
അമ്മ ഭാഗവതക്കോളിൽ
നിന്നീയാനന്ദമുത്തുകൾ?

ഇനിയും നാലുപേ,രില്ല-
ത്തിന്റെ നാലുവിളക്കുകൾ;
എണ്ണയില്ലാഞ്ഞു കത്താത്ത
കടംകൊണ്ട വിളക്കുകൾ!

അവരെത്തേടിയും പക്ഷേ
മുടന്തൻ ഭാഗ്യമെത്തിടാം
മനസ്സല്ലോ മുടന്തുന്നൂ
മറ്റുള്ളോർക്കു പലപ്പൊഴും.

ഓലത്തണൽവിരിക്കുന്നൂ
സമൂഹഗ്രാമസേവനം;
തുന്നുന്നൂ രണ്ടു പെങ്ങന്മാർ
പിഞ്ഞിപ്പോയ കിനാവുകൾ.

അമ്മതൻ മൗനമെന്നാലും
പഴിപ്പൂ 'സുകൃതക്ഷയം'
അവർക്കു സുകൃതം കാറ്റും
വെട്ടവും പ്രാണവായുവും!

മുഴങ്ങുന്നുണ്ടിടയ്ക്കെല്ലാം
സൈറൺ ഇല്ലപ്പറമ്പിലും
ഗ്രാമസൗഭാഗ്യമാണിപ്പോൾ
കൂറ്റനാമോട്ടുകമ്പനി.

'കണക്കെഴുതുവാനുണ്ണി-
ത്തിരുമേനിക്കു പറ്റുമോ?'
അന്വേഷിക്കുന്നു കൈവിട്ട
കാര്യസ്ഥന്റെയുദാരത!

കണക്കുകൂട്ടലാദ്യന്തം
തെറ്റിയെന്നുള്ളതല്ലയോ
നമ്മൾക്കുള്ള ദുരന്തം? നീ
പിഴച്ചതു തിരുത്തുക.

അകത്തു മഷിയിട്ടാരോ
വായിപ്പൂ സംഭവങ്ങളെ,
അകാലത്തസ്തമിച്ചോനാ-
മപ്ഫനോ? നിന്റെ ദുഃഖമോ?

പരന്നത്രേ കിടക്കുന്നൂ
പ്രതാപത്തിന്റെ വന്ധ്യത;
ആരിയൻ നെല്ലതിൽപ്പക്ഷേ
മുളപൊട്ടുന്നതെങ്ങനെ?

റേഷൻപീടികയെത്തുമ്പോ-
ളെണ്ണിപ്പോയ് നിന്റെ സംശയം
മുഷിഞ്ഞ നാണയത്തുട്ടിൻ
മുഖവൈരൂപ്യമൊക്കെയും.

ആരോ പൊടുന്നനെക്കാറു-
നിർത്തിഡ്ഡോറുതുറക്കയോ
ആപാദചൂഡം തൂവെള്ള-
പ്പരിഷ്ക്കാരം പുതച്ചവൻ?

ഇല്ലായ്മകളെ മേയ്ച്ചില്ല-
പ്പറമ്പാർന്ന കുടുംബവും
കാലാന്തരത്തിൽപ്പൊന്തുന്നി-
തയ്യേയെസ്സിന്റെ ധാടിയിൽ!

ജീർണ്ണവിശ്വാസമാം പുല്ലിൻ
തുമ്പിൽത്തൂങ്ങിക്കിടക്കയാൽ
നിന്നനിൽപ്പിൽ ക്ഷയിപ്പൂ നിൻ
സാവർണ്യത്തിൻ വിമൂഢത!

തുണിസ്സഞ്ചിയൊളിപ്പിച്ചു
കൈകുലുക്കുന്ന മൗഢ്യമേ,
ആഹിതാഗ്നിക്കർച്ചചെയ്ത
നാവെന്തേ മരവിയ്ക്കുവാൻ?

അശുദ്ധി വന്നുവോ റേഷ-
നരിയ്ക്കും? നീ കുഴങ്ങിയോ?
കുളിക്കാതെ കടക്കാമോ
വിശ്വാസത്തിന്റെ തൃപ്പടി?

ഏഴ്

കണക്കുപുസ്തകം നീർത്തി-
ക്കാണുന്നൂ നിന്റെ കൗതുകം
കളിമണ്ണാൽപ്പൊന്നുവാർക്കും
കാലത്തിന്റെ പുരോഗതി!

പൊന്നിനെക്കളിമണ്ണായി-
ക്കാണുവാൻ തന്നെയല്ലയോ
പഠിപ്പിച്ചൂനിന്നെയാർഷോ-
ദാത്ത സദ്ധർമ്മസംഹിത.

മാറ്റത്തിനൊന്നുവേട്ടാലും
മറിച്ചാവില്ല ബാദ്ധ്യത
ഒഴിയും സ്ഥാനമേൽക്കാൻ മ-
റ്റൊരു ദൈന്യം വരേണ്ടയോ?

അളന്നളന്നുതീർത്താലും
തീരുന്നീലുപ്പുകൂനകൾ;
പൂർണസ്യ പൂർണമാദായ
പൂർണമേവാവശിഷ്യതേ!

അമ്മ ചൊല്ലുന്നു 'നീ,യുണ്ണീ
അഭീഷ്ടം താൻ വരിക്കുക;
വെള്ളെഴുത്തില്ല നിന്നമ്മയ്,-
ക്കമ്മെയും മകളല്ലയോ?'

തൊട്ടാലതിലുടൻ കൈക-
ളൊട്ടും കർമ്മവിപാകമേ,
നിന്നെത്താങ്ങി നിറുത്തുന്നൂ
നിഗൂഢ പ്രേമദീധിതി!

ഇല്ലാത്ത കന്മതിൽക്കോട്ട
ഇടിക്കുക, നിരത്തുക
തടവറ്റൊരൊഴുക്കായി-
ത്തീരാവൂ മർത്യഗാഥകൾ!

'ത്യജേദേകം കുലസ്യാർത്ഥേ
ഗ്രാമസ്യാർത്ഥേ കുലം ത്യജേത്;
ഗ്രാമം ജനപദസ്യാർത്ഥേ
ആത്മാർത്ഥേ പൃഥിവിം ത്യജേത്.'

ത്യജിക്കൂ ദേവദത്താ, നീ
ത്യജിക്കൂ ലോകമൊക്കെയും
നിനക്കായ്ക്കണ്ണുനീർമുത്തായ്-
ക്കത്തിനിൽക്കുകയാണവൾ.

ഉറമഞ്ഞായ്പ്പണ്ടുപണ്ടേ
മരവിച്ച ചരിത്രമേ
ചോരച്ചൂടാലുരുക്കട്ടേ
നിന്നെയിക്കർമ്മധീരത!

കളിക്കിടാങ്ങൾക്കു പട്ടം-
പാറിക്കാൻ നീ കൊടുത്തുവോ
പൂണൂൽച്ചരടു? പുൽകട്ടേ
ചിത്തം നീലവിശാലത!

മനസ്സിന്നുള്ളിലേ വേണ്ടൂ
മഹത്താം ബ്രഹ്മദർശനം,
വേരിറങ്ങുന്നു വേദത്തിൻ-
വെട്ടമാരിലുമാരിലും!

നാനാവിശ്വാസമുള്ളോരും
സർവ്വ ജാതി മതസ്ഥരും!
നിന്റെ തെക്കിനിയിൽക്കാണ്മൂ
ത്രിവേണീ ശമസംഗമം!

തൂവെളിച്ചത്തുടുപ്പിപ്പോൾ
ചെവിയോർക്കെദ്ധ്വനിക്കയോ
ഹോമാഗ്നിപ്പുകയെക്കേട്ടി-
പ്പുണരും വേളിയോത്തുകൾ?

പിഞ്ഞിപ്പോം ജീവിതപ്രേമം
തുന്നിച്ചേർക്കുന്ന കാലമേ,
എത്ര ഹൃദ്യങ്ങളാണോർത്താൽ
നിന്റെ പൂക്കളുഷസ്സുകൾ!

വിശ്വസിക്കുക ലോകത്തിൻ
വിധി തീർക്കുന്ന കൈകളെ
പുത്തൻ തലമുറയ്ക്കത്രേ
കർമ്മഭൂമിയിലർഹത.

തുറന്നിടുക ചിത്തങ്ങൾ
മച്ചിലെജ്ജാലകങ്ങളും
സ്വാതന്ത്ര്യംപോൽപ്പരക്കാവൂ
പുലർകാറ്റും വെളിച്ചവും.

പത്തു സെന്റിൽപ്പടർന്നാവൂ
പവിഴത്തിൻ കിനാവുകൾ;
അകായിൽത്തയ്യൽയന്ത്രത്തിൻ
മിശ്രസംഗീതവൈഖരി.

തുടുപ്പിൻ കഥയോർക്കുമ്പോ-
ളെന്തേ കിളി ചിലയ്ക്കുവാൻ
നിന്മനസ്സിലുമത്തേന്മാ-
വിന്റെ ചില്ലക്കിളുന്തിലും?

കുരുത്തോലക്കിനാവായി-
പ്പുഞ്ചിരിക്കുന്ന കൗതുകം,
കൈതപ്പൂമണമായ് നിന്റെ
കരളിൽക്കിനിയും ലയം;

ഏതിരുട്ടിലുമാത്മാവിൽ
കതിർപെയ്യുന്ന ദീപകം,
വന്നെത്താവൂ വലംകാൽ വ-
ച്ചില്ലത്തിൻ പുണ്യവേദിയിൽ.

ഒളിച്ചോടാനല്ല പക്ഷേ
ദീർഘദർശനജീവിതം.
നമ്മളിൽത്താൻ തുടങ്ങാവൂ
വിശ്വമാനവപൈതൃകം!

സ്നേഹഗംഗാപ്രവാഹത്തിൽ
തുരുമ്പത്രേ വിലക്കുകൾ,
പുത്തൻ ലോകത്തിൽ നിങ്ങൾക്കു
വരമ്പില്ലാത്ത സൗഹൃദം.

ദ്യാവാപൃഥിവികൾക്കൊന്നാ-
യിണങ്ങാൻ കണ്ണിയാവുക
ഈ യജ്ഞകല, നമ്മൾക്കു
കൈവരും ധർമ്മസംഹിത.

അറിവൂ ദേവദത്തൻ നീ
മറ്റൊന്നല്ലെന്ന വാസ്തവം;
ദേശകാലങ്ങളെപ്പൊട്ടി-
ച്ചെറിയും ബ്രഹ്മവർച്ചസം!

ഒരു കണ്ണീർത്തുള്ളിയായി-
ക്കല്ലിക്കും നിന്റെ ജീവനിൽ
ഉദിച്ച പുഞ്ചിരിത്തെല്ലോ
മഴവില്ലായ്പ്പൊടുന്നനെ?

"അമ്മ നില്ക്കുന്നു, പുണ്യത്തിൻ
കാല്ക്കൽക്കുമ്പിട്ടു പോരിക
എണ്ണക്കറുമ്പി, നീതാനെ-
ന്നില്ലത്തെബ്ഭദ്രദീപിക!"

■

കർമ്മകാണ്ഡം

ഒന്ന്

മാറണയ്ക്കുന്നു നീ ചോര
ച്ചൂടെഴുന്നൊരു നിർവൃതി;
കർണ്ണികാരമടുക്കൽത്താൻ
പൂക്കുന്നൂ, നിൻ കുടുംബിനി!

നീ പിതൃത്വാഭിമാനപ്പൊൽ-
ക്കിരീടം ചൂടി നിൽക്കവേ
ആകാശംപോലുമാഹാ താ-
ണോച്ഛാനിക്കുന്നതെങ്ങനെ?

പുലക്കള്ളിയുമ,ല്ലന്തർ-
ജ്ജനദുഃഖവുമല്ലിവൾ;
സമന്വയത്തിന്റെ സാക്ഷാത്-
കൃത സംസ്കൃതിയല്ലയോ?

പിച്ചവയ്ക്കെത്താമരക്കാൽ-
ത്തുടുപ്പാലുമ്മറത്തിവൾ
ഒരു പുത്തൻ ചരിത്രത്തിൻ
ഹരിഃശ്രീയെഴുതേണ്ടവൾ.

പൊക്കിൾക്കൊടിയിലെച്ചോര-
ക്കണ്ണിലുണ്മ കിനിഞ്ഞുപോൽ;
പുതപ്പിക്കുന്നു മുത്തശ്ശി
മുത്തച്ഛൂടാൽക്കിടാവിനെ!

അനന്തദീർഘമിജ്ജന്മ-
ബന്ധനത്തിന്റെ ശൃംഖല;
അഴിയുംതോറുമൊന്നൊന്നാ-
യതിൽക്കൂടുന്നു കണ്ണികൾ!

എത്ര പെട്ടെന്നു മാറിപ്പോയ്
കുഗ്രാമത്തിന്റെ നാണവും!
ഒരു സംക്രമയജ്ഞത്തി-
ന്നൊരുക്കം ചെയ്കയാണവൾ.

മനസ്സിലൗപാസനത്തിൻ
മഹത്വംകാത്തിടുന്ന നീ
വൈശ്യം ചെയ്യുന്നതിന്നേതു
വൈരാഗ്യത്തിൻ വിശുദ്ധിയിൽ?

കാലമാത്യന്തികസ്മാർത്ത-
വിചാരണ നടത്തവേ,
ഭ്രഷ്ടു കല്പിച്ചതിൻ പിണ്ഡം
വച്ചു വാതിലടയ്ക്കവേ,

വർഷപാതമഹോരാത്രം
പുണ്യാഹങ്ങൾ നടത്തവേ
എന്നേയ്ക്കുമായകന്നേ പോ-
യന്ധമാചാരവൈകൃതം.

സപത്നീത്വത്തിന്റെ ദുഃഖ-
ത്തിയ്യിലൂടെ നടന്നവർ,
വേളിപ്പിറ്റേന്നുതാൻ വൈധ-
വ്യത്തെക്കെട്ടിപ്പുണർന്നവർ,

അഞ്ചാംപുരയിലാചാര-
വിധി കാത്തുകിടന്നവർ,
അനാഥഗർഭമാകും മൺ-
കുടംപൊട്ടി മരിച്ചവർ,

മറക്കുടയിലാത്മാവി-
ന്നഗ്നിജ്ജ്വാല തളച്ചവർ,
പൂത്തമെയ്യാകുമുദ്യാനം
പുതപ്പിൽത്താനൊളിച്ചവർ!

വലിച്ചെറിഞ്ഞുപോൽ ഘോഷാ-
പടമിപ്പൊന്നുഷസ്സുകൾ,
തല്ലിത്തകർത്തുവല്ലോ പാ-
ഴിരുട്ടിന്റെ മറക്കുട!

അവരിന്നഭിമാനത്തിൻ
മാർ മറയ്ക്കുന്നു, ധീരമായ്
കാറ്റിൽപ്പറത്തുന്നു കണ്ണീ-
രീറനാക്കും പുതപ്പുകൾ.

നിശ്വസിക്കാവു നീയിപ്പോൾ
നിറഞ്ഞ ഹൃദയത്തൊടേ,
എത്രമാറീല മാറാല-
ക്കുടുക്കിൽപ്പെട്ട നിങ്ങളും!

മൂന്നാം തലമുറയ്ക്കായ്ത്തൻ
കൈകൾ മുത്തശ്ശി നീട്ടവേ
കൊടുക്കൂ കുഞ്ഞിനെ,ത്താഴ-
ത്താരോ നിന്നെ വിളിച്ചുവോ?

രണ്ട്

ഓട്ടുകമ്പനി വാതിൽക്കൽ
കടൽ തീർക്കുന്നു സംഭ്രമം
അവകാശത്തിന്റെ വാതി-
ലടഞ്ഞെന്നോ പൊടുന്നനെ?

മണ്ണടിഞ്ഞു കരിഞ്ഞേപോ-
യെത്രയെത്ര കിനാവുകൾ!
ഉടഞ്ഞോരോടുകൾക്കൊപ്പം
തകർന്നേപോയ് പ്രതീക്ഷകൾ!

നിത്യദുഃഖങ്ങൾ കണ്ണീരിൽ-
ക്കുഴച്ചിക്കാലമത്രയും
പലമട്ടിൽപ്പരത്തീട്ടും
പാകമായീല ജീവിതം.

പ്രതിഷേധിച്ചടഞ്ഞൂപോൽ
നെയ്ത്തുകമ്പനി വാതിലും
പിഴയ്ക്കുന്നൂ ജീവിതത്തി-
ന്നൂടുംപാവും നിരന്തരം!

വിലക്കേറ്റങ്ങളിൽഗ്ഗർവ്വി-
ന്നിരമ്പംതീർത്ത ലോറികൾ
മുഖത്തു പുകതൻ പുച്ഛം
തുപ്പിയാലും പൊറുക്കുവോർ,

കമ്പനിപ്പുകയിൽക്കണ്ണു-
പൊട്ടിത്തപ്പുന്ന ജീവികൾ,
യന്ത്രച്ചൂളകളിൽച്ചത്തു-
മലയ്ക്കും കശുവണ്ടികൾ.

പ്രാരബ്ധമീർച്ചവാൾകൊണ്ടു-
മറുക്കാൻ കഴിയാത്തവർ,
പാടത്തിലെക്കിനാവെല്ലാം
പതിരായ്ക്കൊയ്തു കൂട്ടുവോർ,

അക്ഷരജ്ഞാനമാംവെട്ട-
മൊട്ടും കാണാതെയിങ്ങനെ
കണ്ണീർക്കടലിലൂറയ്ക്കി-
ട്ടഴുകിച്ചീഞ്ഞ തൊണ്ടുകൾ!

അവർക്കുവേണ്ടിയല്ലല്ലീ
കൊടിയേന്തിപ്പടർന്നു നീ
ഉറഞ്ഞൊരടിമത്തത്തിൻ
മഞ്ഞു തീയാക്കി മാറ്റി നീ?

കർമ്മയോഗത്തിനാചാര്യൻ
കണ്ഠവും വെള്ളമാക്കി നീ
പഠിപ്പിച്ചൂ കൂട്ടുകാരെ
പവിത്രാദർശസൂക്തികൾ.

അവർക്കു തണലാവുന്നൂ
നിന്റെ വിശ്വാസസംഹിത,
അവർക്കു നാവു നല്കുന്നൂ
നിന്റെ നിർഭയവാഗ്മിത!

ഇല്ലത്തെപ്പാഴിരുൾക്കെട്ടിൽ
കൺമിഴിച്ചവനിന്നു നീ
വിശാലനൂതനം കർമ്മ-
മണ്ഡലത്തിന്നധീശ്വരൻ.

അറിവൂ ദേവദത്തൻ നീ
അക്ഷരാർത്ഥത്തിലൊക്കെയും
പരിത്രാണായ സാധൂനാം
സംഭവിക്കുന്ന വിസ്മയം!

മൂന്ന്

ഭരണക്കാക്കിവേഷംതൻ
തോക്കുതാഴ്ത്തിത്തുണയ്ക്കവേ,
നിയമം വാലാട്ടിയാട്ടി
കാൽ മണത്തു കളിക്കവേ,

അവർക്കേ സ്വന്തമാവുന്നൂ
വിജയത്തിന്റെ യൗവനം,
അടഞ്ഞവാതിലിൻ പിന്നി-
ലഹോരാത്രസുഖങ്ങളും!

ഒത്തുതീർപ്പിന്നു വേണ്ടീട്ട-
ന്നൊരുങ്ങിച്ചെന്ന വേളയിൽ
പൂട്ടിക്കിടപ്പതായ്ക്കണ്ടൂ
മുതലാളിത്ത വക്ത്രവും.

മുഴങ്ങുന്നീല സൈറൺ, തീ
പുകയുന്നീല ചാളയിൽ;
പാഴടഞ്ഞൊരടുപ്പായി-
ക്കിടപ്പൂ കർമ്മവേദികൾ.

പരിഷ്കൃതികൾതൻ നേട്ടം
വിലക്കൂടുതലെന്തിനും
വിലയില്ലാത്തതൊന്നത്രേ
വികൃതം മർത്യജീവിതം!

ഉയർന്നുയർന്നു പൊന്തട്ടേ
കമ്പനിക്കുഴലുച്ചിയിൽ
ഇലക്കാടായ്ത്തെഴുക്കട്ടേ
പുകച്ചീന്തുക,ളെങ്കിലും

തണൽ കിട്ടാതെ വേവുന്നൂ
താഴെ ജന്മങ്ങളിപ്പൊഴും;
തളിർക്കേണ്ടൊരു സംസ്കാര-
ത്തായ്‌വേരെന്നേ മുറിച്ചു നാം!

എല്ലാമെല്ലാം കണ്ണടച്ചു
സഹിക്കും നൊമ്പരങ്ങളേ,
ഉദിക്കാത്തെന്തു ഹാ, നിങ്ങ-
ളുപാസിക്കുമഹസ്കരൻ?

നീതിയുണ്ണുന്നതിന്നായി
നിരാഹാരമിരിക്കവേ
നിന്നെച്ചുറ്റിയിരിക്കുന്നു-
ണ്ടില്ലായ്മകളൊരായിരം.

കൂരിരുട്ടിന്റെ സൗജന്യം
നീട്ടുന്നൂ നിന്റെ നേർക്കിതാ
പ്രലോഭനക്കിലുക്കത്തിൻ
പ്രകാശം! പിന്മടങ്ങുക.

ഇല്ലായ്മകളെയും ഞെക്കി-
പ്പിഴിഞ്ഞുണ്ടു മദിക്കയാം
കുമ്പ വീർപ്പിക്കുവോൻ, സാക്ഷാൽ
സമ്പത്തിൻകുന്നിലീശ്വരൻ!

സാമദാന നയങ്ങൾക്കും
വഴങ്ങാത്തൊരു ദാർഢ്യമേ
നിന്നെബ്ഭേദ്യത്തിനാലത്രേ
പതിപ്പിക്കുന്നു ശത്രുത!

വിലങ്ങിൽക്കെട്ടി നീ താഴ്ത്ത-
പ്പെട്ടൊരാസ്പത്രി മെത്തയിൽ,
അബോധത്തിൻ കറുപ്പിൽക്ക-
ണ്ണല്പമല്പം വിടർത്തവേ,

നിന്റെ കാൽക്കലിരിപ്പൂ നിൻ
തോഴനോ? കുറ്റബോധമോ?
അവന്റെ കണ്ണുനീർക്കുത്തി-
ലലിവൂ നിന്റെ നൊമ്പരം.

മാപ്പുചോദിക്കയാണായാൾ
മാറണച്ചോതിടുന്നു നീ:
'നന്ദികെട്ട വിശപ്പത്രേ
നമ്മെത്തമ്മിൽപ്പിണക്കുവോൻ.'

കാണുന്നൂ നീ മനക്കണ്ണാൽ
കമ്പനിപ്പടി മുമ്പിലായ്
നിരാഹാരം വരിയ്ക്കുന്നൂ
നിന്റെ സാക്ഷാൽ കുടുംബിനി.

ചോരത്തുടുപ്പെഴും കൈക-
ളുയർത്തും പ്രതിഷേധമായ്
ഉറക്കെക്കരയുന്നുണ്ടാ
മടിയിൽത്തന്നെ നിന്മകൾ.

അഭിമാനക്കണ്ണുനീരോ-
ടാകാശത്തേയ്ക്കു നോക്കവേ
അവിടെക്കണ്ടൂ നീ ചൂള-
പ്പുകപൊന്തിത്തുടങ്ങിയോ?

നിരത്തിവച്ചതാരാവോ
കാവികാച്ചിയൊരോടുകൾ?
വിരിച്ചതാരു നെയ്ത്തിന്നായ്
തറിയിൽത്തങ്കനൂലുകൾ?

നാല്

എന്തൊരുച്ചണ്ഡവേഗത്തിൽ-
പ്പായുന്നൂ കാലവാഹിനി;
അതിൻതീരത്തിരുന്നുംകൊ-
ണ്ടമ്മ ചൊല്ലുന്നു സൗമ്യമായ്:

"മക്കളേ, നമ്മളിന്നാട്ടിൻ
മറിമായങ്ങളൊക്കെയും
കണ്ടറിഞ്ഞവരല്ലല്ലീ
കണ്ണു നന്നായ്ത്തുറക്കുക.

അറിയാതെയകത്താക്കി-
പ്പോയൊരാ പ്രൗഢിതൻ മദം
മേന്മേലയവിറക്കുന്ന-
തർത്ഥമില്ലാത്ത മൗഢ്യമാം.

പ്രശ്നമാർഗ്ഗങ്ങളിൽത്തോൽക്കാൻ
മറക്കുട പിടിക്കയോ?
അവയെദ്ധീരമായ് നേർക്കാൻ
മൂന്നാംകണ്ണും തുറക്കുക.

അധർമ്മത്തിൻ വിഷപ്പത്തി
വീണ്ടും പൊങ്ങാതിരിക്കുവാൻ
കണ്ണനായ്ത്താൻ കുതിക്കാവൂ,
കാളിന്ദിക്കുത്തൊഴുക്കിലും!"

കയ്പുനീരിൽക്കുളിച്ചത്രേ
കാലം നീക്കിയതെങ്കിലും
പാരതന്ത്ര്യപ്പഴക്കത്തിൻ
പുതപ്പിൽത്താൻ നടക്കിലും,

അത്ഭുതം ചൂടിയോർപ്പൂ നീ
ആഢ്യത്വത്തിന്റെ ചാമ്പലിൽ
വളർത്തുന്നുണ്ടു നിന്നമ്മ
വഹ്നിപൂക്കുന്നൊരാശയം!

ഇല്ലത്തെപ്പാഴിരുട്ടെല്ലാം
വെട്ടമാക്കിയ സേവനം
ഇണക്കീപോലനായാസ-
മിണങ്ങാത്ത തലങ്ങളെ.

കൈവരിക്കുകയാം സ്ത്രീത്വം
സ്നേഹത്താൽ ത്യാഗബുദ്ധിയാൽ
ക്ഷമാസൗശീല്യങ്ങളാലും
സ്വർഗ്ഗമീ നരകത്തിലും!

തളർന്നുവീഴവേ സഞ്ജീ-
വനിയായുയിരൂട്ടുവോൾ
കെടാതെ കാത്തുസൂക്ഷിപ്പൂ
നിന്നിലെത്തിരിനാളവും.

അവളമ്മയ്ക്കു താങ്ങായി-
പ്പുലരും മകളല്ലയോ?
അവൾ നിൻ കുഞ്ഞിനെപ്പെറ്റു-
വളർത്തും കനിവല്ലയോ?

അക്ഷരജ്ഞാനമില്ലാത്തോ-
ളവ,ളെങ്കിലുമെപ്പൊഴും
കൂട്ടിവായിക്കയാം നന്നായ്
ജീവിതത്തിന്റെ പുസ്തകം!

വാക്കുകൾക്കർത്ഥമില്ലാതെ
പകയ്ക്കും നിന്റെയോർമ്മയിൽ
അവളത്രേ കൊളുത്തുന്നൂ
പദകോശപ്രകാശവും!

അധ്വാനിക്കാതെയുണ്ണാത്തോൾ
അമൃതം പങ്കുവയ്ക്കുവോൾ
അവളക്ഷയപാത്രം ത-
ന്നാത്മാവിൽക്കാത്തുവച്ചവൾ.

നിന്നെയീശ്വരനായ്ക്കാണു-
മഞ്ജനം കണ്ണിലാർന്നവൾ
താലിയായഭിമാനത്തിൽ-
ത്തിളങ്ങുന്ന സുമംഗലി!

അവളേകിയ സമ്മാനം
മാറണച്ചച്ഛനായി നീ;
അവളെത്തൊട്ടു നിന്നപ്പോൾ?
അപ്പോൾ മാനവനായി നീ!

നിങ്ങളൊന്നിച്ചു ചേർന്നപ്പോ-
ളെന്തു നിർബ്ഭീകദാർഢ്യമോ?
വെയിൽപ്പൂക്കളെറിഞ്ഞാശീർ-
വ്വദിപ്പൂ കർമ്മദേവത!

അഞ്ച്

ആകാശംപോൽപ്പരപ്പേറും
തേയിലക്കാട്ടുപൊന്തയിൽ
ഇഴയുന്നൂ ജീവിതങ്ങൾ
മണ്ണുതീനിപ്പുഴുക്കളായ്.

മണിക്കൂറിന്റെ പാത്രത്തിൽ
പാൽചുരത്തും മരങ്ങളേ,
നിങ്ങളും ബന്ധനസ്ഥന്മാർ;
നമ്മൾ ദുഃഖം പകുക്കുക.

ഇഴഞ്ഞാലുമിഴഞ്ഞാലും
കരകാണാതെ,യിങ്ങനെ
താണ്ടുമോ നമ്മളിക്കണ്ണീർ-
ക്കട,ലീപ്പച്ചതൻ കടൽ?

ഇതിന്നിടയിലുണ്ടത്രേ
അധർമ്മത്തിന്റെ കൊക്കകൾ;
അവിടെച്ചത്തുചീയുന്നു-
ണ്ടസ്ഥിമാത്രസ്വരൂപികൾ!

കശക്കിയെറിയപ്പെട്ടോർ
തേയിലപ്പൂങ്കിളുന്നുകൾ
വിശപ്പാമുഗ്രസർപ്പത്തിൻ
വിഷം തീണ്ടി മരിച്ചവർ;

അല്ലെങ്കിൽക്കൂലി ചോദിക്കാൻ
നാവുയർത്തിയ വിഡ്ഢികൾ,
അവർക്കു കിട്ടിയിട്ടുണ്ടാം
വെടിയുണ്ടയിലുത്തരം!

ജനക്ഷേമത്തിനായെന്നും
നെറ്റിവേർക്കുന്ന യന്ത്രമേ
ചവച്ചു തുപ്പിടുന്നൂ നീ
ചണ്ടിയായ്ത്താനവറ്റയെ!

അവർ കൊയ്യാതെ നിങ്ങൾക്കി-
ല്ലൂണുമന്തിയുറക്കവും
അവർ വേർക്കാതെ പെട്രോളു-
മുണ്ടാവില്ലൊരു ചുറ്റുവാൻ.

ആസ്പത്രിയിലിടം കിട്ടാ-
തവർ മണ്ണിൽപ്പിടയ്ക്കവേ
അമേരിക്കയിലെത്തിപ്പൂ
നിങ്ങളെബ്ഭാഗ്യരോഗവും.

അതിനാലെപ്പൊഴും നിങ്ങ-
ളവരെപ്പൂർണ്ണകാമരേ,
അടിപ്പിക്കുക, ഭിന്നിപ്പി-
ച്ചഗ്രഗാമികളാവുക!

മുടിനാരിൽക്കൊടുങ്കാറ്റിൻ
കരുത്തുള്ളോരവറ്റയെ
മുണ്ഡനംചെയ്തു കൊട്ടാര-
ത്തടവിൽത്താൻ തളയ്ക്കുക.

പക്ഷേ, നിങ്ങൾക്കു തെറ്റുന്നൂ
ചങ്ങലക്കൂട്ടിലെങ്കിലും
തുറുങ്കിന്റെയിരുട്ടായ്ത്താൻ
വളരും മുടി പിന്നെയും.

തീനും കുടിയുമായ് നിങ്ങ-
ളാഘോഷിക്കും ദിനങ്ങളിൽ
അസ്തിവാരം പുഴക്കി,ത്തീ-
പടർത്തേണ്ടുമമർഷമേ,

വന്നെത്താറായിരിക്കുന്നൂ
വിധിനിർണ്ണായകം ദിനം,
അന്തഃപുരപ്രതാപങ്ങ-
ളടിപറ്റും മുഴക്കവും!

നെടുന്തൂണു ഞെരിക്കും മെയ്-
ക്കരുത്തും കർമ്മവീര്യവും
കണ്ണുപൊട്ടിച്ചു ഹാ, കാരാ-
ഗൃഹത്തിൽത്തള്ളിയിപ്പൊഴും;

ജനസേവനമാമാട്ടിൻ
തോൽപുതച്ചു വരുന്നവർ,
കണ്ണീർക്കുളത്തിലും തേറ്റാ-
മ്പരൽത്തീറ്റ കലക്കുവോർ.

അവരേ വർഗ്ഗശത്രുക്ക,-
ളവരല്ലല്ലി നമ്മളെ
ഇന്നും നുകം ചുമപ്പിപ്പോ-
രിന്നും തല്ലിത്തെളിക്കുവോർ?

വലിയോരുടെ കൊട്ടാര-
പ്പോർട്ടിക്കോവിൽപ്പറന്ന നീ
സ്വാതന്ത്ര്യത്തിൻ വെൺപിറാവേ
സ്വർണ്ണക്കൂട്ടിൽക്കിടക്കയാം!

നിനക്കു ദുഃഖമില്ലിപ്പോൾ
ഇല്ലമില്ലായ്മയായതിൽ
എന്നാ,ലേതു ജടയ്ക്കുള്ളിൽ-
ച്ചെന്നൊളിച്ചൂ സമൃദ്ധികൾ?

ഗതികിട്ടാതെ പാതാള-
ച്ചുടുകാട്ടിൽക്കിടക്കയാം
മോക്ഷമില്ലാത്തൊരാത്മാക്കൾ
ഇന്നും കോടാനുകോടികൾ!

അന്യർക്കായ് മുത്തു തേടിച്ചെ-
ന്നാഴങ്ങളിലിറങ്ങവേ
മണ്ണിടിഞ്ഞു തകർന്നേപോ-
മായിരങ്ങടെയോർമ്മയിൽ,

പൊള്ളച്ചിരികളാൽപ്പുഷ്പ-
ചക്രത്തിന്നനുശോചനം;
അതിന്നായ്ത്താൻ വിടർന്നാവൂ
പൂന്തോട്ടങ്ങളൊരായിരം!

ദേവദത്താ, വൃഥാ പിച്ചും-
പേയും ചൊല്ലാതിരിക്കുക,
ഇതത്രേ ലോക,മീഭാഗ്യം
നിനക്കപ്രാപ്യമിപ്പൊഴും.

കണ്ഠത്തിലെയണക്കെട്ടു
പൊട്ടിയിക്കാലമത്രയും
കുത്തനെപ്പാഞ്ഞുപോയെന്നോ
വ്യർത്ഥമാം വാക്പ്രവാഹിനി?

വരൾക്കാതിലിറുക്കുന്നൂ
വാഗ്ദാനത്തിന്റെ ഞണ്ടുകൾ;
പാഴ്ത്തൊണ്ടയിൽദ്ധർമ്മമാർഗ്ഗ-
പ്പാറക്കല്ലിൻ കഷായവും!

ആശ്വസിക്കുന്നു നീ പക്ഷേ
മണൽക്കാടും നിരന്തരം
കണ്ണുനീരാൽക്കുതിർക്കുമ്പോ-
ളുണ്ടാവാമൊരു പൂച്ചെടി!

അതിലെപ്പൂവിനായത്രേ
നിന്റെ ജന്മം തുലച്ചു നീ,
കണ്ണടച്ചു തപം ചെയ്തൂ
കാലത്തിന്റെ തുറുങ്കിലും!

നിയമം വേട്ടയാടുമ്പോൾ
നിന്നെച്ചാളയിരുട്ടുകൾ
കണ്ണിലെക്കൃഷ്ണമണിയാ-
യല്ലോകാത്തൂ കഴിഞ്ഞ നാൾ.

അവർതൻ പട്ടിണിപ്പങ്കി-
ലമൃതത്വം ഭുജിച്ച നീ
അറിഞ്ഞൂ ജീവിതക്കണ്ണീ-
രുപ്പിലെച്ചിരിതൻ രസം!

അവർ താങ്ങിനിറുത്തുന്നു-
ണ്ടന്യർക്കായ്ച്ചാഞ്ഞ വാഴകൾ;
അവരെത്താങ്ങുവാനെന്നും
നീളാവൂ നിന്റെ കയ്യുകൾ!

ആറ്

ഉണ്ടത്രേ രണ്ടു വർഗ്ഗക്കാർ
സവർണ്ണന്മാ,രവർണ്ണരും
അവർക്കിടയിലെക്കോട്ട
ഭദ്രമാക്കുന്ന കാലമേ,

തുറക്കും നീയൊരിക്കൽപ്പൊ-
ന്നമ്പലത്തിന്റെ കണ്ണുകൾ,
ഒലിച്ചേപോകുമല്ലെങ്കിൽ
കുത്തൊഴുക്കിൻ കരുത്തിൽ നീ.

നാട്ടിലും കാട്ടിലും പാറ-
പ്പുറത്തും ഗുഹതന്നിലും
കൊടുങ്കാറ്റായി നിൻ ശ്വാസം!
മുഴങ്ങീ സിംഹഗർജ്ജനം!

ചുറ്റിലും ജീവിതാവേശ-
ത്തീപടർന്നു പിടിക്കവേ
മധുരം വീണവായിക്കും
മദാന്ധ്യംവിധികാക്കയാം.

തുലാമേഘത്തിനൊപ്പംനിൻ
സംഘർഷത്തിൻ കടച്ചിലിൽ
കാത്തുസൂക്ഷിപ്പു നീയെന്തും
ഭസ്മമാക്കുന്ന വൈദ്യുതി!

അറിവീലാ സ്വയം പൊട്ടി-
പ്പടരേണ്ടും മുഹൂർത്തവും;
ഒരു തോട്ടിത്തുമ്പിലിപ്പോ-
ളൊതുങ്ങുന്നൂ ഗജേന്ദ്രനും!

തോക്കിൻ കുഴലിലല്ലല്ലോ
വിപ്ലവത്തിന്റെ തീപ്പൊരി,
ലക്ഷ്യബോധം പിഴയ്ക്കാത്ത
മനസ്സിൻ നീണ്ട കണ്ണിലാം.

ആ മനസ്സിന്റെ കണ്ണല്ലീ-
യാകാശം? ധീരഭാവനേ,
അതിൽക്കത്തിജ്ജ്വലിക്കുന്നൂ
സത്യസ്യാപിഹിതം മുഖം!

വരം നേടിയിരിപ്പൂ നീ
ഇഷ്ടമൃത്യു വരിക്കുവാൻ;
ശരശയ്യപ്പുറത്തിച്ഛാ-
ശക്തിയേവം കിടക്കവേ,

ഇഴഞ്ഞെത്തുന്നുപോൽച്ചോര-
ക്കളം നീന്തി നിഗൂഢമായ്
കുറ്റസമ്മത,മല്ലെങ്കിൽ
കുടിലം ഭംഗിവാക്കുകൾ?

നല്ലവാക്കുകളാം നാണ-
ക്കേടു തിന്നു മുടിഞ്ഞവർ
നമുക്കു വേണ്ടതിന്നേരം
നല്ല ജീവിതമല്ലയോ?

ദേവദത്താ, നയിക്കുന്നൂ
നീയൊരാവേശ ജാഥയെ,
ഗോപുരങ്ങളുലച്ചും കൊ-
ണ്ടൊഴുകും ശക്തിധാരയെ!

പതയട്ടേയാത്മരോഷം
മുഴങ്ങീടട്ടെ ഗർജ്ജനം,
കൂലംകുത്തിത്തകർക്കട്ടേ-
യതു ലാവാപ്രവാഹമായ്.

പുഴക്കിക്കൊണ്ടു പോകാവൂ
ഭ്രാന്തമാമക്കരുത്തുകൾ
പുളിച്ചുനാറുമാദർശ-
ത്തിന്റെ പൊള്ളത്തുരുത്തുകൾ.

അടിച്ചമർത്തലിൽക്കൂടി
ബ്ഭരിക്കും സ്വാർത്ഥതേ,യിതാ
തടുക്കൂ നിൻ കുടക്കമ്പാ-
ലീക്കൊടുങ്കാറ്റൊഴുക്കിനെ!

സ്ഫോടനത്തിന്റെ തുമ്പത്താ-
ണെത്തുന്നൂ ദേവദത്ത, നീ
ചുഴലുന്നൂ നിന്നെയിപ്പോൾ
ബയനറ്റുക,ളീർഷ്യകൾ!

തുലാവർഷക്കുടുക്കങ്ങ-
ളിടിവാളുക,ളഗ്നികൾ
അടങ്ങാത്തൊരമർഷങ്ങ-
ളലതല്ലിത്തുടിക്കവേ,

കരയാൻ കണ്ണുനീരറ്റ
ശുഷ്കജന്മങ്ങളേ,യിതാ
കണ്ണീർക്കുടുക്ക പൊട്ടുന്നൂ!
കത്തുന്നൂ ലാത്തിയേറുകൾ!

ആകാശത്തിന്റെ നെഞ്ചിൽത്താ-
നാദ്യംപൊട്ടുന്നു പാഴ്വെടി,
പിന്നെ, ഹാ! നിങ്ങളാരൊക്കെ-
പ്പിടഞ്ഞൂ രക്തസാക്ഷികൾ?

എവിടെപ്പോയി നിൻ പെണ്ണാൾ
എവിടെപ്പോയി നിന്മകൾ?
നട്ടുച്ചയ്ക്കുമിരുട്ടല്ലോ
നിന്റെ ചുറ്റിലുമിപ്പൊഴും!

നീട്ടിക്കൊടുക്ക നിൻകൈകൾ
നിയമം ദേവദത്തനെ
പച്ചയോടെത്തളച്ചാവൂ
പാഴിരുട്ടിന്റെ കുറ്റിയിൽ!

ഏഴ്

ഇരുമ്പഴിക്കൂട്ടിനുള്ളി-
ലിരുട്ടിൽ ക്രുദ്ധസിംഹമായ്
ഇതികർത്തവ്യതാമൗഢ്യ-
മസ്വാസ്ഥ്യത്തിൽദ്ദഹിക്കവേ,

ഏതു കാട്ടാളനെയ്യുന്നൂ
കാതിൽക്കൂരമ്പു നിർദ്ദയം?
ആസ്പത്രിയിൽച്ചോരവാർന്നു
മരിച്ചൂ നിൻ കുടുംബിനി!

കൊടിയേന്തിയൊരാവേശ-
ക്കൊടുങ്കാറ്റായ്പ്പറക്കവേ,
അവൾക്കു നെഞ്ചിലൂടത്രേ
പാഞ്ഞൂ തോക്കിന്റെ ഗർജ്ജനം!

ഇരുമ്പഴികളിൽത്തല്ലി-
ച്ചിറകറ്റു പിടഞ്ഞ നീ
താണതെപ്പോളബോധത്തിൻ
നീലാഗാധഹ്രദങ്ങളിൽ?

അറിയുന്നീല നീയിപ്പോൾ
പീഡനത്തിൻ കടുപ്പവും;
ശവം കീറാൻ മിനുക്കട്ടേ
നിയമം തന്റെ കത്തികൾ.

കുതിരക്കൂട്ടമോ നിന്റെ
നെഞ്ചത്തൂടെപ്പറന്നുപോയ്?
മുറിയും മാമരക്കൂട്ടം
മുതുകത്തൂടെ വീണുവോ?

എന്തുണ്ടായീ മകൾ,ക്കൊന്നും-
തിരിയുന്നീ,ലുണർന്ന നീ
മനസ്സിൽക്കണ്ടു ഞെട്ടുന്നൂ
മരണത്തിന്റെ വൈകൃതം!

ആസ്പത്രിത്തിണ്ണമേൽച്ചോര-
ക്കളത്തിൽക്കൃഷ്ണവിഗ്രഹം;
അവൾക്കന്ത്യജലം നൽകാ-
നാരാനുണ്ടായിരുന്നുവോ?

ഇല്ലത്തെബ്ഭദ്രദീപംതാൻ
പൊലിഞ്ഞൂ, നീയിരുട്ടിലായ്;
ഉദകക്രിയ ചെയ്താലു-
മുയിരിൽക്കണ്ണുനീരിനാൽ!

മരിക്കാതെ മരി,ച്ചേതോ
ശവമായ് നീ കിടക്കവേ,
തളർന്ന നിയമം യന്ത്ര-
ക്കാറ്റുകൊള്ളാൻ നടക്കവേ;

അതേ കൂട്ടിൽക്കിടക്കുന്നോൻ
അസഹിഷ്ണുതയായവൻ
മൊഴിഞ്ഞാൻ, 'തോഴ, നമ്മൾക്കീ-
രാത്രിയെപ്പകലാക്കുക!'

അവന്നു ബാക്കിയാവുന്നു-
ണ്ടിനിയും ചില രാത്രികൾ;
കാത്തിരിക്കുകയാണത്രേ
വിധി നീട്ടും കൊലക്കയർ!

വേട്ട ചന്തത്തെ മാടത്തി-
ലുറക്കിപ്പതിവായവൻ
ഞാറ്റുപാടത്തു കാട്ടാന-
ച്ചെത്തം കാതോർത്തിരിക്കവേ,

കാട്ടാന പോയ്ക്കലക്കീ തൻ
മാടത്തിന്റെ വിശുദ്ധിയെ;
കത്തി നെഞ്ചിൽത്തുരന്നിട്ട-
ക്കരിങ്കുന്നു ചരിഞ്ഞുപോൽ!

അവൻ കാക്കുന്നിതാത്മാവി-
ലായിരം പിച്ചിമൊട്ടുകൾ,
അഭിമാനിനിയാം തൻ കാൽ-
ച്ചുവട്ടിൽക്കാഴ്ചവയ്ക്കുവാൻ!

മുടന്തൻ ന്യായവാദംപോൽ
വലിഞ്ഞും വടി വീശിയും
മഞ്ഞപ്പിത്തങ്ങളായോരോ
ദിനവും ബീറ്റു പോകവേ,

തുരക്കുന്നൂ കർമ്മശേഷി
കരിങ്കല്ലിന്റെ നെഞ്ചകം;
കൂരിരുട്ടിൻ മതിൽക്കെട്ടു-
കേറിപ്പോയ് നിങ്ങളക്കരെ!

പരതുന്നുണ്ടാവുമിപ്പോൾ
പരിഭ്രാന്ത വരൾച്ചകൾ,
അവർക്കു തീരുമോ ദാഹ-
മസ്ഥിതൈലം കുടിക്കിലും?

തിരിഞ്ഞു നോക്കുവാനെന്തേ?
മുന്നോട്ടേക്കു കുതിക്കുക;
ഇരുട്ടാണിപ്പൊഴും, പൂക്കാ-
നിരിപ്പൂ നല്ല നാളുകൾ!

എട്ട്

ഭ്രാന്തമേതോ കിതപ്പിൻ തീ-
ച്ചിറകായിപ്പറക്കവേ,
കുഴിമാടത്തലയ്ക്കൽത്താൻ
വീണു നീ രക്തബോധമേ.

സമത്വത്തിൻ മടിത്തട്ടി-
ലുറങ്ങുന്നൂ കുടുംബിനി;
വിശപ്പും ദാഹവും സൈ്വരം-
കെടുത്താത്തൊരു നിർവൃതി!

വെടിയുണ്ടയിലും ചോര-
ച്ചിരിപെയ്തു തെളിഞ്ഞവൾ;
ആദർശമാം ചരിത്രത്തി-
ലഗ്നിശുദ്ധിവരിച്ചവൾ!

അവളില്ലാത്ത നിൻ ലോക-
മന്ധം, ശൂന്യ,മനാഥവും,
കെട്ടുപോയ്ക്കർമ്മചൈതന്യം—
കൊളുത്തും ശക്തിമണ്ഡലം.

ചുടുകാടായ്ക്കിടക്കുന്നൂ
നാട്, തീച്ചട്ടിയല്ലയോ
പുകയുന്നൂ കിഴ,ക്കിന്നും-
ശവം കാക്കുകയല്ലി നാം?

നിന്നെത്തേടി വരുന്നുണ്ടാം
ശവംതീനിപ്പിശാചുകൾ,
ചെന്നായ്ക്കളെക്കൊതിപ്പിച്ച-
ങ്ങകലേയ്ക്കു കുതിക്കുക.

മനസ്സിൽക്കട്ടകെട്ടും നിൻ-
മൗനമാകാശമാവുക;
തൊണ്ടയിൽത്തിരതല്ലും നി-
ന്നമർഷം കടലാവുക!

നൂറ്റുപേരെക്കുരുക്ഷേത്ര-
ച്ചോരയിൽപ്പൂഴ്ത്തിടുംവരെ
നിനക്കജ്ഞാതവാസം താൻ
വിധിക്കപ്പെട്ടിരിക്കയാം.

കൂമ്പാളത്തൊപ്പിവച്ചൊറ്റ-
ത്തടിയായ്ധീരമോഹമേ,
കടലിൽച്ചുറ്റവേ, കൂറ്റൻ-
തിരയിൽത്താണുപൊന്തവേ,

ചൂണ്ടൽച്ചരടിലിപ്പോഴും
കുരുങ്ങുന്നീല മുത്തുകൾ;
ഇതു പക്ഷേ ജീവിതത്തിൻ
കടലാണെന്നു തേറുക.

മക്കളെപ്പോറ്റുവാനച്ഛൻ
ചുഴിയിൽത്താണുപോകവേ,
മക്കളന്ധതമസ്സിൽത്താൻ
മനം പൊട്ടിക്കലങ്ങവേ,

വേലിയേറ്റങ്ങളിൽപ്പെട്ടു
വിശപ്പും മിഥ്യയാകവേ,
കുടിൽക്കൂരയ്ക്കുമേൽക്കാറ്റിൻ
ബലാത്സംഗം കിതയ്ക്കവേ,

അറിവൂ നീ ദേവദത്ത,
ജീവിതത്തിന്റെ സാഹസം;
അവർ തൻ കണ്ണുനീരത്രേ
കടലായ്ത്തീർന്നതിങ്ങനെ!

എങ്കിലും നിന്നെയാത്മാവി-
ലൊളിപ്പിക്കുകയാണവർ
സ്നേഹച്ചൂടാലൂട്ടി നിന്നെ-
പ്പുതപ്പിയ്ക്കയുമാണവർ!

വെടിയൂ നീ ദേവദത്ത,
ഭീരുത്വത്തിന്റെ തോടുകൾ;
കർമ്മകാണ്ഡം വിളിക്കുന്നൂ
നിന്റെ ധീരമനസ്സിനെ.

കാലാവധി കഴിഞ്ഞെന്നോ
ശിക്ഷ?യല്ലെങ്കിലിപ്പൊഴും
ജയിൽ ചാടിയ നിന്മുന്നിൽ
ജയിലല്ലീ പ്രപഞ്ചവും?

ഒൻപത്

മടങ്ങിയെത്തി നീയില്ല-
ത്തുമ്മറത്തെ പ്രകാശമായ്
വളർന്നു നിൽക്കയല്ലോ നിൻ
പ്രസ്ഥാനംപോലെ നിന്മകൾ!

അവൾ കൊയ്യുന്നു നെയ്യുന്നൂ
പഠിപ്പിക്കുന്നു കൂട്ടരെ;
ചോര വേർപ്പാക്കിയുണ്ണുന്നൂ
ഊട്ടുന്നൂ മുത്തിയമ്മയെ.

നാവില്ലാത്തോർക്കു നാവായി-
ജ്ജ്വലിക്കും പടവാളവൾ,
നയിപ്പൂ മൂർച്ഛയേറും തൻ
വിശ്വാസത്തിൻ നയങ്ങളെ!

അവളെത്തീപ്പന്തമായ്ത്താൻ
വളർത്തീ നിൻ കുടുംബിനി,
എണ്ണക്കറുമ്പി ഹാ, നിന്നെ
നീയാക്കിയ മനസ്വിനി!

അഭിമാനക്കുടക്കീഴി-
ലച്ഛനായ് നീ നടക്കവേ
നിന്റെയുള്ളിലുദിക്കുന്നൂ
നിഴലില്ലാത്തൊരമ്പിളി!

ഉത്സവക്കളമാകുന്നൂ
നഗരം, ഗ്രാമചത്വരം,
തിരഞ്ഞെടുപ്പിലൂടെക്കൈ-
വരുന്നൂ സ്വർഗ്ഗരാജ്യവും!

നിരത്തിൽപ്പൊടി പാറിച്ചു
ചീറിപ്പായുന്നു വാശികൾ;
നീണ്ടുപോകുന്നു കൈക്കൂലി-
ക്കൊടിയേന്തുന്ന ജാഥകൾ.

ഇപ്പൊളിപ്പോൾ പ്രിയപ്പെട്ട-
തല്ലയോ മർത്ത്യജീവിതം?
ബാലറ്റുപെട്ടിതന്മുന്നിൽ
വിലപ്പെട്ടതുമല്ലയോ?

അഞ്ചോ പത്തോ പിടിച്ചുംകൊ-
ണ്ടാത്മാർത്ഥത പുലർത്തുക;
നാളത്തെസ്സ്വർഗ്ഗരാജ്യത്തി-
ന്നുടയോരേ, സുഖിക്കുക!

നടപ്പാതയിലെക്കല്ലിൽ-
ത്തടയും നിന്റെ കാതിലോ
ഉടക്കുന്നൂ ചോദ്യ?മെന്തേ
മത്സരിക്കാതിരിക്കുവാൻ!?

വിശ്വസിപ്പീല നീ മഞ്ഞ-
ക്കടലാസ്സിലെ വിപ്ലവം.
വഴിനീളെപ്പറത്തുന്ന
വാഗ്ദാനത്തിൻ കറൻസിയിൽ.

പ്രസ്ഥാനത്തിന്റെ വക്താക്കൾ-
ക്കഭിമാനം പുലർത്തുവാൻ
അവർക്കു കീഴടങ്ങിപ്പോയ്
നിന്റെയാദർശദീക്ഷയും!

എതിരാളികളോ കള്ള-
പ്പണമോ പാപഭാരമോ
ഇഴഞ്ഞെത്തുന്നു നിൻപക്കൽ
ഇല്ലത്തെപ്പുറവാതിലിൽ?

കൂലിമേടിച്ചു പിന്മാറൂ
ഭരിക്കാനായ്പ്പിറന്നവർ
ഇതാ നീട്ടുന്നു, തിന്നാത്തോൻ
തീറ്റാത്തോൻ കൂടിയാകയോ?

ജ്വലിച്ചേറുന്നു നിന്നുള്ളി-
ലഗ്നിദേവന്റെ തീക്ഷ്ണത,
അതിൽബ്ഭസ്മീകൃതം പൊള്ള-
ത്തരത്തിന്റെയഹന്തകൾ.

വീടുവീടാന്തരം കേറി-
ബ്ഭിക്ഷ തെണ്ടുന്നു നിന്മകൾ,
നിനക്കായ്ക്കൊടിയേന്തുന്നൂ
മർദ്ദിതന്മാരധഃകൃതർ!

വിശ്വസിക്കുന്നു പാവങ്ങൾ
വിടർന്നെത്തുമുഷസ്സിനെ,
അവർക്കായിപ്പാൽചുരത്താ-
നുദിക്കും പൂർണ്ണചന്ദ്രനെ!

അക്ഷരത്തിന്റെ വെട്ടം തൊ-
ട്ടുഴിയാത്ത ജനങ്ങളേ,
പുലർത്താവൂ നിങ്ങളെന്നും
വർഗ്ഗയുദ്ധപ്രബുദ്ധത!

പത്ത്

അധികാരപ്പടിക്കെട്ടു
പതിനെട്ടും കടന്നു നീ
അവിടെക്കണ്ടുവോ മറ്റൊ-
രധികാരവടംവലി?

ഭൂരിപക്ഷ ബലത്തിന്നായ്-
ത്തല്ലിയും വില ചൊല്ലിയും
മന്ത്രിക്കസേരതൻ മോക്ഷ-
മാവാഹിക്കാൻ തിരക്കുവോർ!

സർവ്വജ്ഞന്മാരെന്തുമെന്തും
പ്രസ്താവിക്കെ,പ്പൊടുന്നനെ
പരക്കുന്നൂ ജനായത്ത-
പ്രകാശം നാലു ദിക്കിലും!

അധികാരമദംമോന്തി
സംഹാരക്കൺമിഴിച്ചവർ
ഇരുട്ടിന്റെ ജടാഭാരം
നിലത്തുഗ്രമടിക്കവേ,

പിറക്കുന്നൂ പിശാചുക്ക-
ളന്ധതാമിസ്രരൂപികൾ,
അവർക്കും കൂലി കിട്ടുന്നു-
ണ്ടഭസ്ഥിയും പിന്നെയാസ്തിയും.

കിങ്കരന്മാരെയോരോരോ
കുടക്കാരായി നിർത്തുവാൻ
കുന്തിരിയ്ക്കം പുകയ്ക്കാവൂ
സ്വാർത്ഥപൂജാ പവിത്രത!

കോൺട്രാക്റ്റുപാലമേ, നിന്റെ-
പുറത്തൂടെ നടക്കുവാൻ,
താഴത്തൂടെയൊഴുക്കാവൂ
മദ്യതീർത്ഥമഹാനദി!

മതേതരത്വമാം വർഗ്ഗീ-
യത നമ്മുടെയായുധം;
ചോരകൊണ്ടു കളിക്കുന്നൂ
കത്തിരാഷ്ട്രീയവൈകൃതം!

പത്രപംക്തികളിൽക്കൂടി
പാലൊഴുക്കിച്ചിരിയ്ക്കുക;
ജനം നീട്ടുന്ന മൺചട്ടിയ്-
ക്കുള്ളിൽക്കാർക്കിച്ചു തുപ്പുക!

എങ്കിലും, നിങ്ങളില്ലെങ്കി-
ലെന്തായേനേ മഹാജനം?
നാടുതെണ്ടിമുടിഞ്ഞേനേ
നാഥനില്ലാതെ വിഡ്ഢികൾ!

നയിക്കൂ കണ്ണുകെട്ടിത്താൻ
നടത്തൂ ദൈവപുത്രരേ,
കടലിന്നും ചെകുത്താനു-
മിടയ്ക്കുള്ള വഴുക്കലിൽ!

അറിവൂ ദേവദത്തൻ നീ
ഭരണത്തിൻ കുടുക്കുകൾ,
അതിൽപ്പിടഞ്ഞു ഹാ, ശ്വാസം
മുട്ടിച്ചാവും ജനത്തെയും!

തുറിച്ച കൺകളും കോട്ടി-
പ്പുറത്തുന്തിയ നാവുമായ്
പിടയുന്നൂ ജനായത്ത-
മരണത്തിന്റെ സാക്ഷികൾ!

വലിച്ചെറിയു ഹേ സാധോ,
നീയീ നാറുന്ന പൊയ്മുഖം
അറുക്കൂ ബന്ധ,മല്ലെങ്കി-
ലരിയൂ നിന്റെ കയ്യുകൾ.

ഇവിടെക്കർമ്മകാണ്ഡത്തി-
ന്നഗ്നികുണ്ഡമൊരുക്കി നീ
ഹോമിക്കൂ നിന്നെ,യല്ലെങ്കിൽ-
ക്കെട്ടുപോം നിന്റെയഗ്നിയും!

■

ബ്രഹ്മകാണ്ഡം

ഒന്ന്

പിറന്നൊരില്ലമേ, നിന്റെ-
യുമ്മറത്തെ ത്രിസന്ധ്യയിൽ
എണ്ണതീർന്ന വിളക്കായി-
ക്കത്തുന്നുണ്ടമ്മയിപ്പൊഴും!

ധർമ്മയുദ്ധക്കളത്തിൽപ്പി-
ന്തിരിയും പടയാളി നീ
ഇനിയെന്തെന്ന ചോദ്യംപോ-
ലില്ലത്തിൽത്താനടിഞ്ഞുവോ?

ഉണങ്ങാതെ ചുളുക്കുത്തും
ഭൂതകാല വ്രണപ്പുഴു
അസഹ്യമിപ്പൊഴും നിന്റെ-
യാത്മാവിന്മേൽത്തിളയ്ക്കവേ,

അതിലീച്ചക്കുറുമ്പായി-
ട്ടിനൗഘം ചോര നക്കവേ
നീയൊരത്യുഗ്രശാപത്തിൽ-
പ്പുളയും ദ്രൗണിയാകവേ,

ഘനീഭവിച്ചുവോ? ദുഃഖ-
പ്പാറയായ്ത്തീർന്നിരിക്കയോ
അമ്മതൻ മൗന?മാമൗന-
മാഴിയെക്കാളഗാധമോ?

അവരെച്ചുറ്റി വീശുന്നു-
ണ്ടായിരം നെടുവീർപ്പുകൾ,
പാറതൻ കണ്ണിലും പൊട്ടി-
പ്പായുന്നുണ്ടശ്രുധാരകൾ!

ചിറകറ്റു പിടയ്ക്കുന്നൂ
ഗദ്ഗദത്തിന്റെ തുമ്പികൾ,
ചുടുകാട്ടിൽത്തനിച്ചാക്കി-
പ്പോയിരിക്കുന്നു നിന്മകൾ.

അമ്മയില്ലാത്ത ദുഃഖത്തീ-
ച്ചൂളക്കാറ്റായ്പ്പടർന്നവൾ
എവിടെപ്പോയി? നിന്നമ്മയ്-
ക്കറിവീലാ നിഗൂഢത!

അറിയുന്നീല വാർദ്ധക്യം
യൗവനത്തിന്റെ സാഹസം,
ദുരൂഹതകളെപ്പൊട്ടി-
ച്ചീന്തുമന്വേഷണഭ്രമം!

ആരോടുമെന്തിനോടുംപോയ്
പക വീട്ടുന്ന ധീരത,
നീതികേടിൻ മുഖത്തേയ്ക്കു
നീട്ടിത്തുപ്പുമസഹ്യത.

പലനാൾപ്പാതിരാത്രിക്കു-
മില്ലത്തിന്റെ വളപ്പുകൾ
വിസിലൂതിക്കാത്തുപോലും
നിയമപ്പടയാളികൾ!

നിന്റെ ബോധത്തിലന്നേരം
ഭൂകമ്പത്തിൻ പ്രകമ്പനം?
കെട്ടുനൂലറ്റൊരാകാശം
പൊട്ടിവീഴും പരിഭ്രമം!

ഒരു നൂൽത്തിരിതൻ കണ്ണാൽ
കാണുന്നൂ ശ്രീലകത്തു നീ
സ്തംഭിപ്പിക്കുന്നൊരാസത്യ-
വൈകൃതം, കലിദുഷ്കൃതം!

കെടാവിളക്കിന്റെ വെട്ടം
വിരിക്കും പട്ടിലല്ലയോ
ഇല്ലത്തിൻ പുണ്യവിശ്വാസം
കുടികൊണ്ടൂ ഭഗോതിയായ്?

എവിടെപ്പോയി നീയിപ്പോൾ
പഞ്ചലോഹപ്രകാശമേ,
മുതുമുത്തച്ഛനും മാതാ-
വായ വേദപ്രസാദമേ?

ഇളക്കി വിറ്റുപോൽക്ഷേട-
മില്ലത്തിന്റെ ദരിദ്രത,
അല്ല, നിന്മകൾ,ളസ്ഥാന-
വിപ്ലവത്തിന്റെ തീക്കൊടി!

പകരം വാങ്ങിപോൽത്തോക്കിൻ
പ്രതികാര,മതല്ലയോ
തലകുത്തനെ നിൽക്കുന്നു-
ണ്ടിരുട്ടിൽ ശ്രീലകത്തുതാൻ?

ചോരക്കൈപ്പത്തി മിന്നുന്നൂ
ചുമരിൽ,ദ്ദേവദത്ത, നീ
കെടുത്തൂ നിന്റെ വിശ്വാസ-
ത്തിരിത്തുമ്പിൻ നിരർത്ഥത.

ഇവിടെത്തത്ത്വമില്ലായ്മ
പടർത്തും കാട്ടുതീയ്ക്കകം
കൊലച്ചോറുണ്ടു വൃക്ഷങ്ങൾ
തലപൊട്ടിപ്പതിക്കയാം.

അതിവിപ്ലവകാമത്തി-
ന്നാദ്യകാമുകി നിന്മകൾ
ഒളിപ്പോരാളിയായേതോ
ഗുഹയിൽത്താമസിക്കയോ?

നേർക്കുനേരേയധർമ്മത്തിൻ
നെഞ്ചിലെയ്യാത്തൊരമ്പിനാൽ
സ്വന്തം മനഃസാക്ഷിയെത്താൻ
കുത്തിക്കീറുന്ന വിപ്ലവം.

അതു ഭീരുത്വമല്ലെങ്കിൽ-
പ്പിന്നെന്താം? നിന്റെയമ്മയെ
കൊന്നുവീഴ്ത്തിയ തോക്കാൽത്താൻ
കൊന്നൂ നീയാപ്പുമാനെയും!

ഇരുട്ടിന്റെ തുറുങ്കിൽപ്പൂ-
മ്പുലർകാലം വരുംവരെ
അവൻ പാറാവു കാത്തിട്ട-
ന്നല്പമൊന്നു മയങ്ങവേ,

അവന്റെ നെഞ്ചിലോ താണൂ
നിന്റെ വൈരാഗ്യമൂർച്ചകൾ?
അവന്റെ ചോരയോ കോരി-
ക്കുളിച്ചൂ നിന്റെയഗ്നികൾ?

അവന്റെ മക്കളും തോക്കിൻ
കുഴലാൽത്തന്നെ നിന്നൊടും
പകവീട്ടാനിറങ്ങുമ്പോൾ
പാഴായ്ത്തീരുന്നു വിപ്ലവം!

നിന്റെയമ്മയെയക്കാലം
നിറതോക്കാൽ തകർത്തവർ
ഭരണത്തിന്റെ പൊൻതേരിൽ
കാറ്റുകൊള്ളാൻ വരുന്നവർ.

അറിയുന്നീല നീയും നിൻ
കൂട്ടരും ലക്ഷ്യമിപ്പൊഴും
കുടിപ്പക വളർത്തിക്കൊ-
ണ്ടലയുന്നൂ നിരന്തരം.

ശത്രുമിത്രങ്ങളെത്തമ്മി-
ലറിയാത്തൊരിരുട്ടിലോ
വിതച്ചിട്ടൂ നിങ്ങളെല്ലാം
വിപ്ലവച്ചീരവിത്തുകൾ?

'മകളേ, ദുഃഖമായെന്നിൽ-
ത്തളം കെട്ടുകയാണു ഞാൻ.
മുറിവിൽക്കണ്ണുനീർ വീഴ്ത്തി
മുഖമില്ലാത്തൊരച്ഛനായ്!'

രണ്ട്

ദുഃസ്വപ്നം കണ്ടു ഞെട്ടുംനിൻ-
കരൾ കൊത്തിപ്പറിക്കയോ
കഴുകന്മാ,രിരുട്ടാക്കും
നയവഞ്ചകരിപ്പൊഴും?

പ്രസ്താവനകളിൽ ക്ഷേമം-
തെഴുക്കും നിന്റെ നാട്ടിൽ നീ
ഒച്ചിനെപ്പോലിന്ദ്രിയങ്ങ-
ളുള്ളടക്കിക്കിടക്കവേ,

ദുഃസഹംതന്നെയാവുന്നൂ
നിനക്കീച്ചത്ത നാളുകൾ,
ഇല്ലത്തിലെയിരുട്ടിൽത്താ-
ണിഴഞ്ഞൂ നിൻ നിരാശത.

അവിടെക്കണ്ടു നീ വെട്ടം—
ചുരത്തും വേദസഞ്ചയം,
അതിലൊട്ടും തിളങ്ങാത്ത
ജീവിതത്തിൻ ദുരന്തവും!

വഴിമാറിച്ചവിട്ടാനും
വയ്യാതായ്ത്തീർന്ന കാലുകൾ,
കണ്ടതല്ലാതെ കണ്ടെത്താൻ
മിഴിയാതായ കണ്ണുകൾ!

എത്രവട്ടം തിരിഞ്ഞാലും
കെട്ടുകുറ്റിക്കു ചുറ്റുമായ്
തീർത്തീലാ നിൻ മഹായാന-
മൊരു സമ്പൂർണ്ണവൃത്തവും.

ഇവിടെപ്പാതി,മൃത്യോ, നി-
ന്നുലകിൽപ്പാതി,യിങ്ങനെ
ഇതു സമ്പൂർണ്ണമാവുന്നു-
ണ്ടെന്നത്രേ ബ്രഹ്മദർശനം.

സ്വർഗ്ഗമല്ല നമുക്കിപ്പോൾ
പ്രശ്നമൈഹികജീവിതം;
മധ്യവർഗമഹാദുഃഖം!
തലകീഴാം ത്രിശങ്കുവും!

വഴിതെറ്റിപ്പോന്ന നിന്നെ
കൂട്ടിലാക്കിത്തിരിക്കുവാൻ
മുക്രയിട്ടെത്തിനിൽക്കുന്നൂ
കൊടിപാറുന്ന കാറുകൾ.

വീണുകിട്ടിയ ഭാഗ്യം കൈ-
വിട്ടുപോന്ന വിമൂഢതേ,
തിരുത്തൂ തെറ്റ്, കാക്കുന്നൂ
നിന്നെ മന്ത്രിക്കസേരയോ?

കാറ്റുവീശുമ്പോഴല്ലല്ലീ
തൂറ്റേണ്ടൂ? കയ്യിലില്ലയോ
താക്കോ,ലെല്ലാം തുറന്നൊറ്റയ്-
ക്കൊതുക്കേണ്ടതൊതുക്കുക.

അറിഞ്ഞീലന്നു നീ ചെയ്തൊ-
രവിവേകം സുഹൃത്തമർ,
അവരോരോ സുഖം പുൽകി-
യന്യനാട്ടിൽക്കിടന്നുപോയ്.

മനസ്സില്ലാ മനസ്സായി
മടങ്ങിപ്പോന്നമാത്രയിൽ
സ്വർഗത്തിലെക്കട്ടുറുമ്പായ്-
ത്തീർന്നത്രേ നിന്റെ ധിക്കൃതി!

ഇവിടത്തെജ്ജീവദുഃഖ-
മളക്കാൻ വേണ്ടിയാണുപോൽ
പറക്കുന്നൂ വിദേശത്തിൻ
മാനദണ്ഡത്തിലീച്ചകൾ!

മുക്കുപണ്ടങ്ങളിൽക്കണ്ണു-
മഞ്ഞളിക്കുന്ന ഭൂമിയിൽ
ആദർശമാം തനിത്തങ്ക-
മാത്മവഞ്ചനയല്ലയോ?

പക്ഷേ, തളർന്നുറയ്ക്കുന്നൂ
ശിലയായ്ത്തന്നെ നീ, വൃഥാ
പിച്ചുംപേയും പുലമ്പിപ്പോയ്
കൊടിനാട്ടിയ വഞ്ചന.

മടങ്ങിച്ചെന്നു ചെങ്കോലിൻ—
ചൂടുപുൽകാത്തതെന്തു നീ?
വിട്ടയയ്ക്കാത്തതെന്തേ കൽ-
ത്തുറുങ്കിൽപ്പെട്ട പുത്രിയെ?

ഉപ്പുതിന്നാൽക്കുടിച്ചാവൂ
പിഴ,നിന്നഗ്നിപുത്രിയോ
കനത്തശിക്ഷയും പേറി-
ക്കൂരിരുട്ടിൽക്കിതയ്ക്കയാം!

വിഗ്രഹങ്ങളിലല്ലിപ്പോൾ
തോക്കിൻകുഴലിലൂടെയോ
വരുന്നൂ ചുഴലിക്കാറ്റിൻ
സർവ്വസംഹാരതാണ്ഡവം?

വ്യവസ്ഥിതികൾ തൻ മഞ്ഞ-
പ്പടയോടേറ്റുമുട്ടവേ,
ഏതോ ഗുഹാന്തങ്ങളിൽച്ചെ-
ഞ്ചോര ചീറ്റിപ്പരക്കവേ,

ക്ഷണാൽപ്പൊട്ടിത്തെറിക്കുന്നൂ
കയ്യിലെബ്ബുദ്ധിശൂന്യത;
കരിഞ്ഞ മുഖവും താങ്ങി-
യൊളിപ്പൂ മൂഢവിപ്ലവം!

മുഖമില്ലാത്ത നൂറ്റാണ്ടി-
ന്നതും പക്ഷേയനുഗ്രഹം;
പിളർന്ന നെഞ്ചുമായ് മണ്ണിൽ-
പ്പിടപ്പൂ നീതിപാലകൻ?

അവനോർക്കുന്നു താൻ മൂത്രം-
കുടിപ്പിച്ച വരൾച്ചയോ?
പെട്രോൾച്ചിതയിലെ പ്രേത-
ച്ചിരിതൻ കുറ്റബോധമോ?

അവനോർക്കുന്നുവോ വസ്ത്രാ-
ക്ഷേപദുശ്ശാസനത്വവും,
ബലാത്സംഗങ്ങളും ചോര-
ക്കടലും കാട്ടുപൊന്തയും?

നിയമത്തിൻ മറയ്ക്കുള്ളിൽ-
പ്പേറ്റുനോവും ഞരക്കവും,
സത്യം കാണാൻ തുറക്കെ,ത്താൻ-
ചൂഴ്ന്നുകൂട്ടിയ കൺകളും?

മൂന്ന്

അനീതിതൻ കടൽച്ചീറ്റ-
മാദർശച്ചിപ്പിയോടിനാൽ
കോരി വറ്റിച്ചു കൈരണ്ടും—
കടയും നിസ്സഹായതേ,

ധർമ്മഭാരമധർമ്മത്തി-
ന്നുച്ചിയിൽക്കൊണ്ടുചെല്ലവേ,
അതു പാതാളത്തിൽ വീണ്ടു-
മുരുട്ടിത്തള്ളവേ,യൊരാൾ

പൊട്ടിച്ചിരിച്ചുപോൽ ഭ്രാന്ത-
നതു നീയായിരുന്നുവോ?
കഷ്ടമക്കഥയില്ലായ്മയ്-
ക്കർത്ഥമുണ്ടാക്കിടുന്നു നീ!

ഇടംകാലിന്റെയിബ്ഭാരം
വലംകാലിലിറക്കിടാം
അതു വീണ്ടുമിടംകാലിൽ-
ത്തന്നെയാക്കാ,മിതല്ലയോ

ചുടലബ്ഭദ്രകാളിക്കും
സാധിപ്പൂ? മന്തുകാലുമായ്
ഇഴയാവൂ ജീവിതത്തിൻ
ദുരന്തം ശപ്തഭൂമിയിൽ!

പകൽവെട്ടമിരുട്ടാക്കി-
പ്പായുമോരോ മുഖത്തിലും
നിന്റെ റാന്തലുയർത്തിക്കൊ-
ണ്ടന്വേഷിക്കുന്നതാരെ നീ?

നേടിയില്ലൊന്നു,മേതോ പാഴ്-
ജ്ജടയിൽത്താനൊളിക്കയാം
ഗംഗ! കാണുന്നു നീ വിണ്ടു-
പിളരും കർമ്മഭൂമികൾ!

പുകയുന്നുണ്ടുറക്കത്തി-
ന്നുമിത്തീയ്ക്കുള്ളിലിപ്പൊഴും
പാകമെത്താൻ മടിക്കും നിൻ-
മനസ്സോ, കുറ്റബോധമോ?

കൂർമ്മധർമ്മം! തന്നിലിമ്മ-
ട്ടൊതുങ്ങുന്നതു ഭീരുത,
അകർമ്മണ്യതയൊന്നോർത്താ-
ലകാലത്തിലെ മൃത്യുവാം.

ഉടഞ്ഞാൽപ്പോട്ടെയീജ്ജന്മ-
ബുദ്ബുദം, സാഗരങ്ങളിൽ
തരംഗവിസ്മയം തീർക്കും
സ്ഫോടനം നിത്യശാശ്വതം!

എങ്ങുമേ ചോർച്ച,യിച്ചോർച്ച-
യടയ്ക്കുന്നതു മൗഢ്യമാം,
അടിച്ചുടച്ചുവാർക്കേണ-
മത്ഭുതങ്ങളെ,യാകയാൽ

ഉടയ്ക്കൂ കൈക്കരുത്താൽ, നി-
ന്നുള്ളിലെത്തീപ്പടർപ്പിനാൽ
ഒരു ഭസ്മക്കുന്നിലൊറ്റയ്-
ക്കുയർത്തൂ കൊടി,യങ്ങനെ

കൊടിക്കീഴിൽത്തൊണ്ടപൊട്ടി
മുഴക്കൂ ശംഖ,മാദ്ധ്വനി
ഉണർത്തട്ടേ പുതുപുത്തൻ
പുലർകാലത്തുടിപ്പുകൾ!

ഒരു കൈക്കുഞ്ഞിനെപ്പോലീ-
യല്പന്മാരുടെ ഭൂമിയെ
സാഭിമാനം മാറണച്ചു-
പുണരൂ ദേവദത്ത, നീ!

നാല്

ഉണർന്നാലുമുണർന്നാലും
മിഴിയുന്നീല കണ്ണുകൾ;
അവയ്ക്കും കാണുവാൻ വയ്യാ-
തായിരിക്കുന്നിതുണ്മകൾ.

അല്ലെങ്കിലെന്തിനീ മൂന്നാം-
യാമത്തിൻ പുല്ലുപായയിൽ
ഉറങ്ങാതെ കിടക്കുന്നൂ
നിന്റെയസ്വാസ്ഥ്യമിപ്പൊഴും?

നിരന്നുനിൽക്കയല്ലല്ലീ
എതിരാളികൾ തൻ രഥം?
വിഷാദയോഗമിന്നേരം
വെടിയൂ ദേവദത്ത, നീ.

തളർന്നുവീണുപോകും നിൻ-
മനസ്സിനെയുയർത്തുക,
അജയ്യഗാണ്ഡീവഘോഷ-
മുണർത്തിപ്പടനീക്കുക.

ധർമ്മക്ഷേത്രം കുരുക്ഷേത്രം
വിളിപ്പൂ നിന്നെ,യിന്നു നീ
വിജയോദാത്തഗംഭീര-
ദ്ധ്വനിയിൽപ്പൊന്തി നീന്തുക!

ആരു മുട്ടുന്നു വാതിൽക്കൽ?
അല്ല, നിന്റെ മനസ്സിലോ?
അപത്യസ്നേഹമോ? നിന്നി-
ലച്ഛൻ ഞെട്ടിയെണീക്കവേ,

ഏതോ കിനാവിലെന്നോണം
വാതിൽക്കണ്ണു തുറക്കവേ,
ആരു നിൽക്കുന്നു? ഹാ, നിന്റെ-
യാരോമൽപ്പുത്രിയല്ലയോ?

ഉറക്കെക്കരയും ചോര-
ക്കുഞ്ഞിനെക്കയ്യിലേന്തിയും
മാറണച്ചും കിതയ്ക്കും നിൻ-
മകൾതൻ ദുഃഖമല്ലയോ?

വിട്ടിരിക്കുന്നുപോലിപ്പോൾ
ജയിലിന്റെ കിടപ്പറ
അവളെക്കയ്യിലെപ്പാപ-
ച്ചുമടോടെപ്പുറത്തിതാ!

മുത്തച്ഛനായുടൻ നീ ചെ-
ന്നേറ്റുവാങ്ങുക കുഞ്ഞിനെ,
ഏതൊരച്ഛന്റെയോ കാമ-
ക്കടലിൽപ്പൂത്ത മുത്തിനെ!

മകളേ സ്വാഗതം, ഹാ നിൻ
സ്ത്രീത്വവും പരിപൂർണ്ണമായ്;
ലജ്ജയാൽക്കുറ്റബോധത്താൽ
കല്ലിക്കാതെയെണീക്കുക.

ഇരുട്ടിൽത്താഴുമീയില്ല-
ത്തിനിവെട്ടംപരത്തുക;
ഗദ്ഗദം മാത്രമല്ലല്ലോ
നമ്മൾ നേടിയ ജീവിതം.

ഇതു നിൻ തെറ്റിനാലല്ലെ-
ന്നറിവൂ നിന്റെ പൂർവ്വികൻ,
എവിടെത്തെറ്റിയെന്നുള്ളിൽ-
പ്പരതട്ടേ കുറച്ചിട.

തെറ്റിലൂടെപ്പിറന്നാലും
തെറ്റു ചെയ്യാത്ത ജന്മമേ,
നിനക്കും ജീവിതം വേണ-
മിവിടെക്കർമ്മഭൂമിയിൽ.

നിനക്കായ്പ്പൂക്കുമോ പുത്തൻ
കടമ്പും സാഹസങ്ങളും?
നിനക്കായ്പ്പാടുമോ പുത്തൻ
പാണനായ്പ്പാതിരാക്കിളി?

ഇറങ്ങൂ ധീരമായ്ത്തന്നെ
ഇറങ്ങൂ ദേവദത്ത, നീ
ഇരുട്ടും വെട്ടവും പണ്ടേ
പടവെട്ടുന്ന ഭൂമിയിൽ,

നിന്റെ മാറത്തു കൈകാലി-
ട്ടടിക്കും നിത്യസത്തയെ
ആദിത്യമണ്ഡലത്തോളം
വളർത്തുകനുകമ്പയാൽ.

ഒരു വാഗ്ദാനമായ്പ്പൊട്ടി-
വിരിയുന്നൂ കതിർക്കുല
പൊഴിക്കുന്നൂ നിന്റെ കാൽക്കൽ
പത്മരാഗദലാഞ്ജലി!

■

അനുബന്ധം

ഉപനയനം

വി.ടി. ഭട്ടതിരിപ്പാട്

പൗരോഹിത്യത്തിന്റെ വിഴുപ്പ് അലക്കാനുള്ളതാണ് സമുദായം എന്ന ധാരണ തിരുത്തപ്പെടുകയും ദേശീയപ്രസ്ഥാനത്തിന്റെ ലക്ഷ്യങ്ങൾ സാക്ഷാത്കരിക്കപ്പെടുകയും ചെയ്താൽ നാടു നന്നാവും എന്ന് ഞാനും എന്റെ കൂട്ടുകാരും വിശ്വസിച്ചിരുന്നു. ആ വിശ്വാസത്തിന് അനുലോമമായി ഞങ്ങൾ ചിലതൊക്കെ പ്രവർത്തിക്കുകയും ചെയ്തു. തുടർന്നുണ്ടായ ചലനങ്ങൾ ഏറെ സങ്കീർണ്ണതകളാണ് ഉണ്ടാക്കിയത്. സ്വാതന്ത്ര്യോത്തര ഭാരതം മണ്ണടിഞ്ഞ പൗരോഹിത്യത്തിന്റെ പ്രേതഭൂമിയായിത്തീർന്നു. പുതിയ രൂപത്തിലും പുതിയ ഭാവത്തിലും പൗരോഹിത്യം ഇന്നും ഇവിടെ നിലനിൽക്കുന്നു. തന്മൂലമുള്ള വിഷാദദന്തുരതയുടെ ചരിത്രമാണ് രമേശൻനായർ ഇതിൽ ദേവദത്തനിലൂടെ ആവിഷ്കരിക്കുന്നത്.

ഭോഗലാലസതയേയും അകർമ്മണ്യതയേയും പൂവിട്ടു പൂജിച്ച ബ്രാഹ്മണ്യത്തിന്റെ ശവപ്പറമ്പാണ് ദേവദത്തന്റെ ഈറ്റില്ലം. അന്തസ്സാരശൂന്യമായ ഉപചാരങ്ങളിലൂടെ വളർന്ന ആ ഉണ്ണിനമ്പൂതിരി 'ഉപ്പുകല്ലിനും ഉരിയരിച്ചോറിനും' പല വാതിലുകളിലും ചെന്നു മുട്ടി. നഗരചത്വരങ്ങളുടെ വിലോഭനീയതകളിൽനിന്ന് അയാൾക്കൊന്നും നേടാനായില്ല. ഒടുവിൽ ഒരു ഓട്ടുകമ്പനിയിൽ ദേവദത്തന് ജോലി കിട്ടി. ഇല്ലം തകർക്കുകയും ആ തകർച്ചയുടെ തീച്ചൂളയിൽനിന്ന് ഒട്ടേറെ കഴുക്കോലുകൾ ഊരിയെടുക്കുകയും ചെയ്ത കാര്യസ്ഥന്റേതായിരുന്നു ആ കമ്പനി.

ഓട്ടുകമ്പനിയിൽ ഒരു തൊഴിൽസമരം നടന്നു. അതിന്റെ നേതാവ് ദേവദത്തനായിരുന്നു. നിരാഹാരസമരത്തെത്തുടർന്ന് അയാൾ ആസ്പത്രിയിലേക്കു നീക്കം ചെയ്യപ്പെട്ടു. അയാളുടെ ജോലി നഷ്ടപ്പെട്ടു. പിന്നീട് അയാൾ തേയിലത്തോട്ടത്തിലെ തൊഴിലാളികളെ സംഘടിപ്പിക്കുകയും സമരം നയിക്കുകയും ചെയ്തു. അല്പം

ജയിൽവാസവും വേണ്ടിവന്നു. ഭരണകൂടത്തിന്റെ കുടുക്കുമസാലകൾ സ്വാഭാവികമായും അയാൾക്ക് അരോചകമായിരുന്നു. ഇതിനിടയിൽ അയാളുടെ കുടുംബം കാണെക്കാണെ തകരുന്നു. ഭാര്യ മരിക്കുന്നു. മകൾ ഒളിപ്പോരാളികളുടെ സംഘത്തിൽ ചേരുന്നു. ഒടുവിൽ ദേവ ദത്തന്റെ അവിവാഹിതയായ പുത്രിയുടെ കുഞ്ഞിന്റെ കരച്ചിലിലൂടെ ഭാവിയിലേക്ക് ഒരു നെയ്ത്തിരി കത്തിച്ചുകൊണ്ടു കഥ അവസാനി ക്കുന്നു.

ദേവദത്തന്റെ ജീവിതത്തിന്റെ ആരംഭവും പരിണാമഗതികളും അന്ത്യവും ഈ കാവ്യത്തിലെ ഏതാനും ചില നിമിത്തങ്ങൾ മാത്ര മത്രേ. പ്രസ്തുത ഗതിവിഗതികൾക്കും ദുരന്തത്തിനും നിദാനമായ സാമൂഹ്യസ്ഥിതിയുടെ നേരെ അനുവാചകന്റെ ശ്രദ്ധതിരിച്ചുവിടുക എന്നതാണ് ഈ കവിയുടെ ലക്ഷ്യം. ബ്രാഹ്മണമേധാവിത്വം എല്ലാ ദുഷ്പ്രവണതകളുടെയും കാരണമാണെന്ന് നാം കണക്കാക്കിപ്പോ ന്നിരുന്നു. അത് നിശ്ശേഷം തകർന്നിട്ടും കോരന്റെ കഞ്ഞി കുമ്പി ളിൽത്തന്നെയാവാനെന്തേ? അരവയർ കഞ്ഞി പലർക്കും ഇന്നുമിവിടെ പ്രശ്നമാണ്. മനുഷ്യന്റെ ചിന്തയ്ക്കും പ്രവർത്തനങ്ങൾക്കും ഇന്നു മിവിടെ കടിഞ്ഞാണുകളുണ്ട്. ഫ്യൂഡലിസത്തിന്റേയും ക്യാപ്പിറ്റലിസ ത്തിന്റേയുമൊക്കെ വേതാളങ്ങൾ ഇന്നും സാമൂഹ്യനേതൃത്വത്തെ സ്വാധീനിക്കുന്നു എന്നതാണ് നേര്. ഈ സാമൂഹ്യദുരന്തത്തിന്റെ രക്ത സാക്ഷിയാണ് ദേവദത്തൻ. ദേവദത്തന്റെ ജീവിതപരാജയങ്ങൾക്ക് കാരണമായ പ്രശ്നങ്ങളുടെ നേരെ നമ്മുടെ സാമൂഹ്യപ്രവർത്തകർ പോലും പാൽ കുടിക്കുന്ന പൂച്ചയുടെ മനോഭാവം വച്ചുപുലർത്തുന്നു. ഈ ഗതികേടിൽനിന്ന് മോചനമുണ്ടാക്കാൻ ദേവദത്തന്റെ ദൗഹിത്രി മെനഞ്ഞെടുത്ത കതിർക്കുലയ്ക്ക് ആവുമോ? ആർക്കും ഉറപ്പിച്ചുപറ യാനാവില്ല. ദേവദത്തന്റെ പ്രാക്കർമ്മപരിപാകം മൂന്നാം തലമുറയി ലേക്കുകൂടി നീണ്ടുകിടക്കുന്നു. എങ്കിൽ ഈ കഥയുടെ തുടക്കം ദേവദ ത്തന്റെ ദൗഹിത്രിയിൽനിന്നാണ്.

കുറേ ഞെട്ടിക്കുന്ന യാഥാർത്ഥ്യങ്ങളുടെ സമാഹാരമാണ് ഈ കാവ്യം. വൈയക്തികവും സാമൂഹികവുമായ അനേകമനേകം ദുരന്ത ങ്ങളെ നിസ്സംഗതയോടെ ചിത്രീകരിച്ച വേദവ്യാസന്റെ നിലപാടാണ് രമേശൻനായരുടേത്. ഈ കാവ്യത്തിലെ ഗ്രാമവും നഗരവും ഭരണ കൂടവും തൊഴിൽശാലകളുമെല്ലാം നരകങ്ങൾതന്നെ. അനേകമനേകം ആഘാതപ്രത്യാഘാതങ്ങൾക്ക് വിധേയമായ സാമൂഹ്യഗതിവിഗതി കളെപ്പറ്റി അഭിപ്രായം പറയാൻ ഞാൻ ഒറ്റയ്ക്ക് അശക്തനാണ്. എന്നാൽ ഈ നരകവർണ്ണനകൾ തീർച്ചയായും ശ്രദ്ധിക്കപ്പെടേണ്ടവയാണ്.

ഇന്നത്തെ പല കവികളും അത്യന്തം നിഗൂഢമായ വൈയക്തിക ബിംബങ്ങളുടെ വല്മീകങ്ങളിൽ തപസ്സിരിക്കുന്നവരത്രേ. അക്കൂട്ടത്തിൽനിന്ന് ഒരാൾ നീണ്ട നിഴലുകൾ പരന്ന കറുത്ത മണ്ണിൽ ഒറ്റക്കാലിൽ ഉൽബാഹുവായി നിൽക്കുന്നു എന്നത് ഒരു നിസ്സാരകാര്യമല്ല.

ഈ കാവ്യത്തിന്റെ സൗന്ദര്യസങ്കേതങ്ങളെക്കുറിച്ച ചർച്ചയ്ക്ക് ഇവിടെ പ്രസക്തി കുറവാണ്. പലേടത്തും തീവ്രാനുഭൂതിയുടെ ഊഷ്മാവിൽ ഞാൻ ഉരുകിപ്പോയിട്ടുണ്ടുതാനും. രമേശൻനായർ ഉണർത്തിയ ഈ ഊഷ്മളതകൾക്കു നന്ദി. അത്രമാത്രം.

മേഴത്തൂർ
20 ഒക്ടോബർ 1979

■

കാലഘട്ടത്തിന്റെ സ്മാർത്തവിചാരം

പി.എ. വാസുദേവൻ

കർമ്മത്തിനുള്ള ആഹ്വാനവും, കർമ്മത്തിന്റെ വിചാരണയുമാവുമ്പോൾ ഒരു ഇതിഹാസത്തിന്റെ താളവട്ടം പൂർത്തിയാവുന്നു. ഒരു കാലഘട്ടത്തിന്റെ ജാതകവിചാരവും മനുഷ്യചോദനകളിലേക്കുള്ള അഗാധമായ ഉൾക്കാഴ്ചയും അത് സാധിച്ചുതരുന്നു. ഇതൊരു ബോധസംക്രമണഘട്ടമാണ്. അതിലൂടെ നവീകരിക്കപ്പെടുന്ന പരിമിതിയില്ലാത്ത മനുഷ്യപ്രകൃതിയുടെ അന്തർദർശനം അസുലഭാനുഭവമാകുന്നു.

സ്വാതന്ത്ര്യോത്തര കാലഘട്ടത്തിന്റെ ഇതിഹാസമാണ് ഈയർത്ഥത്തിൽ എസ്. രമേശൻനായരുടെ 'ജന്മപുരാണം'. ഒരു തട്ടകത്തിലെ ജനജീവിതത്തിലും അവബോധത്തിലും ഉണ്ടായ മാറ്റങ്ങളുടെ അന്വേഷണവും വിചിന്തനവും ഈ കൃതിയിൽ നിർഭരമായിരിക്കുന്നു. ജന്മ, കർമ്മ, ബ്രഹ്മകാണ്ഡത്രയങ്ങളിലായി പടർന്നുകിടക്കുന്ന ഈ കൃതിയിൽ, സംഭവബഹുലമായൊരു കാലഘട്ടമുണ്ട്. ഫ്യൂഡലിസം ഒടുങ്ങുന്നു. വാഗ്ദാനങ്ങളോടെ കടന്നുവന്ന ജനാധിപത്യവും മനുഷ്യനെ അനാഥമാക്കുന്നു. തുടർന്ന് വെറും സാഹസികത മാത്രമാവുന്ന വിപ്ലവങ്ങൾ. ഒരു ചലച്ചിത്രത്തിലെന്നപോലെ എല്ലാം മാറി മാറി വരുമ്പോൾ, ഒരു മൂല്യനിർണ്ണയം സങ്കീർണ്ണമാവുന്നു. അനാഥത്വത്തിന്റെ കാലഘട്ടമാണത്.

ജീവിതത്തിന്റെ ഓരംചേർന്നു നില്ക്കുന്നൊരു അന്വേഷണവും ദാർശനിക വിചാരണയും ഇവിടെ കൗതുകകരമാണ്. ജീവിതമെന്ന പ്രതിഭാസംപോലെത്തന്നെ, അത് ജൈവവത്തുമാണ്. കർമ്മങ്ങളും അവയുടെ പശ്ചാദ്പ്രേരണകളും ഒടുക്കം വന്നെത്തുന്ന പൂതമായ ഉണ്മതേടലും ദേവദത്തന്റെ ജീവിതസൂക്ഷ്മതയിലൂടെ അവതരിപ്പിച്ചുകൊണ്ട്, 'ജന്മപുരാണ'ത്തിന് രമേശൻനായർ ഒരിതിഹാസതലം നല്കുന്നു. ബ്രഹ്മകാണ്ഡത്തിലെത്തുമ്പോൾ എല്ലാ വിചിന്തനങ്ങളും പൂർത്തിയാവുന്നു. എന്നാൽ ഇവിടെ ബാക്കിയാവുന്നത് നിസ്സംഗതയും

ജീവിതനിരാസവുമല്ല. മറ്റൊരു ജീവിതരഥ്യയെക്കുറിച്ചുള്ള സൂചനകൾ ആവുമ്പോൾ ജീവിതത്തിന്റെതന്നെ സ്ഥായിയായ നൈരന്തര്യം നിലനില്ക്കുന്നു. 'ജന്മപുരാണ'ത്തിലെ ദേവദത്തൻ ഈ ചക്രവാതങ്ങൾക്കൊക്കെ സാക്ഷ്യംവഹിച്ച, എന്നിട്ടും മാനുഷികമായൊരു മാറ്റത്തിനു വേണ്ടി ഉഴറുന്ന ജനപദമാണ്. ഒരു ജനതയായി വർത്തിക്കുന്ന വ്യക്തി.

ജീവിതത്തിനപ്പുറത്തെ അദൃശ്യചോദനകൾ എന്നും രമേശൻ നായർക്ക് പഥ്യമായിരുന്നെന്ന് അദ്ദേഹത്തിന്റെ കവിതകൾ വ്യക്തമാക്കുന്നു. എന്നാൽ ഈ ഭാവത്തിന്റെ സമഗ്രതയും ന്യായീകരണവും നാം കണ്ടെത്തുന്നത് 'ജന്മപുരാണ'ത്തിലാണ്. 'അഗ്രേപശ്യാമി'യിൽ നിന്ന് 'ജന്മപുരാണ'ത്തിലെത്തുന്ന വായനക്കാരൻ ഒരൂക്കൻ മാറ്റമനുഭവിക്കുന്നു. വിധേയത്വംവരെ എത്തിനില്ക്കുന്ന ഒരുതരം ഭക്തി 'അഗ്രേപശ്യാമി'യിലുടനീളമുണ്ട്. അതിൽത്തന്നെയുള്ള 'ശ്യാമസന്ധ്യ', 'പഴയ കൊല്ലൻ' എന്നീ കവിതകൾതന്നെ ഒരു പരിവർത്തനത്തിന്റെ സൂചനകൾ നമുക്കു തരുന്നു. മനസ്സിൽ തറഞ്ഞുനിൽക്കുന്ന ശക്തമായൊരു മാതൃബിംബത്തോടുള്ള, വിരഹാർത്തമായൊരു മനസ്സിന്റെ വിലാപങ്ങളാണ് രമേശൻനായരുടെ മിക്ക കവിതകളും.

> 'ഞാനീ ഭൂമി-
> പുത്രനാണെന്നമ്മയെ-
> ത്തൊട്ടുനില്ക്കുമ്പോൾ നിർബ്ഭീ-
> കതയായ്തീരുന്നൂ ഞാൻ'

ഒരിക്കലെങ്കിലും അമ്മയെ വിട്ടുനില്ക്കുന്നതോടെ, താൻ അസ്തശക്തനായിപ്പോവുമെന്നുള്ള ഭയമുണ്ട് ഇവിടെ. ഭൂമിമാതാവിനെ വിട്ടുനിന്നപ്പോൾ പൃഥ്വീപുത്രനായ ഹെർക്യുലിസ്സിനു സ്വന്തം ശക്തി വാർന്നുപോയതിന്റെ പുരാവൃത്തസൂചനയും ഇതു തരുന്നു.

ഈ മാതൃസങ്കല്പം വികസിതമാവുന്നത് 'ജന്മപുരാണ'ത്തിലാണ്. നാലുകെട്ടുകൾ തകരുന്ന ശബ്ദങ്ങൾക്കും വ്യഥിതരുടെ ഉയിർത്തെഴുന്നേല്പിന്റെ സ്ഫോടനങ്ങൾക്കും, അതിന്റെയൊക്കെ വിലയിരുത്തലിനും പിന്നിൽ, ഒരു കൊളോസസ്സിനെപ്പോലെ സർവ്വജ്ഞാനിയായ അമ്മ നില്ക്കുന്നു. ഉയിർത്തെഴുന്നേല്ക്കുകയും വിലയംപ്രാപിക്കുകയും ചെയ്യുന്ന മാതൃപ്രകൃതിയാണ് 'ജന്മപുരാണ'ത്തിന്റെ പിന്നിൽ. സൃഷ്ടി, സ്ഥിതി, സംഹാരങ്ങളുടെ പിന്നിലുള്ള ഈ അദൃശ്യമായ മാതൃത്വം, 'ജന്മപുരാണ'ത്തിലൂടെ ഞെട്ടിപ്പിക്കുന്നൊരനുഭവമായിത്തീരുന്നു. 'അഗ്രേപശ്യാമി'യിൽ മാതൃത്വത്തോടുള്ള വിധേയത്വമാണ് 'ജന്മപുരാണ'ത്തിലെത്തുമ്പോൾ.

'ഇവിടെ കർമ്മകാണ്ഡത്തി-
ന്നഗ്നികുണ്ഡമൊരുക്കി നീ,
ഹോമിക്കൂ നിന്നെയല്ലെങ്കിൽ
കെട്ടുപോം, നിന്റെയഗ്നിയും'

എന്നാഹ്വാനം ചെയ്യുന്ന അമ്മ പ്രത്യക്ഷപ്പെടുന്നു. അഭയം നല്കി, പ്രേരിപ്പിച്ച്, കർമ്മത്തിനയയ്ക്കുന്ന അമ്മ. ദേവദത്തന് എങ്ങോനിന്ന് വരുന്ന സൂചനകൾപോലെ ഈ ഖണ്ഡകാവ്യം രചിച്ചതും ഈ മാതൃ സാന്നിദ്ധ്യം അനുഭവിക്കാനാണ്. ജീവിതത്തിൽ കനത്ത നൈരാശ്യങ്ങ ളുണ്ടായപ്പോഴും, അന്യജാതിക്കാരിയെ വേട്ടപ്പോഴും 'തെറ്റിലൂടെ പിറന്ന തെറ്റുചെയ്യാത്തൊരു ജന്മത്തെയുംകൊണ്ട് അവിവാഹിതയായ മകൾ' വാതിൽക്കൽ മുട്ടിയപ്പോഴും കനത്തൊരു മുഴക്കം ദേവദത്തനിൽ എങ്ങുനിന്നോ വന്നെത്തിയിരുന്നു, അതിന്റെ ഒരു മാധ്യമമായാണ് ദേവദത്തൻ തന്നെത്തന്നെ കണ്ടത്. ജന്മകാണ്ഡം അവസാനിക്കുന്നു:

'അമ്മ നില്ക്കുന്നു പുണ്യത്തിൻ
കാല്ക്കൽ കുമ്പിട്ടു പോരിക'

രണ്ട് സംസ്കാരങ്ങളുടെ സമന്വയമായൊരു ഉണ്ണിയുടെ പിതാ വാകുന്നു ദേവദത്തൻ. ഈ പുലരിയിലാണ് കർമ്മകാണ്ഡം തുടങ്ങു ന്നത്. അവിടെയും ഈ പുലരിക്ക് ആദ്യം മുഖാമുഖമാവുന്നത് അമ്മ തന്നെയാണ്.

'മൂന്നാം തലമുറയ്ക്കായ്ത്തൻ
കൈകൾ മുത്തശ്ശി നീട്ടവേ,
കൊടുക്കൂ കുഞ്ഞിനെ,ത്താഴ-
ത്താരോ നിന്നെ വിളിച്ചുവോ'

ഫ്യൂഡലിസത്തിന്റെ തകർച്ചയോടെ കൂട് നഷ്ടപ്പെട്ട ദേവദത്തൻ യാന്ത്രികയുഗത്തിന്റെ പ്രവേഗതകളിൽ എത്തിപ്പെടുകയും അതു മായി സമരസത്തിന് ശ്രമിക്കുകയുമാണ്. ഒരു താളമാറ്റം അത്ര പെട്ടെന്ന് ഉള്ളിലൊതുക്കുമ്പോഴുള്ള ബുദ്ധിമുട്ടുകളൊക്കെയുണ്ട്. ഉച്ചണ്ഡവേഗത്തിൽ പായുന്ന കാലവാഹിനിയുടെ തീരത്തിരുന്നു കൊണ്ടും ഐതിഹാസികമായ മനക്കരുത്തോടെയും അമ്മ സൗമ്യ മായി പറയുന്നു.

'മക്കളേ നമ്മളീ നാട്ടിൻ
മറിമായങ്ങളൊക്കെയും,
കണ്ടറിഞ്ഞവരല്ലല്ലീ,
കണ്ണു നന്നായ് തുറക്കുക'

മൂന്നാംകണ്ണു തുറന്ന് അധർമ്മങ്ങളെ കരിക്കാനും വിഷപ്പത്തി ചവിട്ടിത്താഴ്ത്താൻ കണ്ണനായി കാളിന്ദിയിൽ ചാടാനും ഏതോ ദൂരങ്ങളിൽ നിന്നുള്ള മുഴക്കമായി ദേവദത്തനിൽ നിറയുന്നതും അമ്മ തന്നെ. പിന്നെ പ്രചണ്ഡമായൊരു കർമ്മകാണ്ഡമാണ്. ആ കുരുക്ഷേത്രത്തിൽ പാർത്ഥന്റെ മാനം പൂണ്ട് ദേവദത്തൻ നില്ക്കുന്നു. തുടർന്ന് തൊഴിലാളിസമരങ്ങൾ, അതിന്റെ ഒടുക്കം ജയിൽവാസവും കഴിഞ്ഞ്, വിഭാര്യനായി, ദേവദത്തൻ തിരിച്ചെത്തുന്നു.

ദേവദത്തൻ കാണുന്നതെല്ലാം അഹിതങ്ങളായിരുന്നു. ജനാധിപത്യവും മറ്റൊരു തരത്തിലുള്ള ജനപീഡനമായി. വ്യാഖ്യാനഭേദങ്ങളോടെ പഴയ ദുഷിപ്പുകളെല്ലാം വർദ്ധമാനമാകുന്നു. മൂല്യനിർണ്ണയത്തിന്റെ ഏറ്റവും സങ്കീർണ്ണമായൊരു ബിന്ദുവിൽ കർമ്മകാണ്ഡമെത്തുമ്പോൾ, ഒരു വിചിന്തനത്തിന്റെ ചീന്തുമായി ദേവദത്തൻ സ്വന്തം വീട്ടിലെത്തുന്നു. അവിടെയും ദേവദത്തനെ എതിരേല്ക്കാൻ അമ്മയുണ്ട്.

'പിറന്നൊരില്ലമേ നിന്റെ-
യുമ്മറത്തെ ത്രിസന്ധ്യയിൽ
എണ്ണതീർന്ന വിളക്കായി
ക്കത്തുന്നുണ്ടമ്മയിപ്പൊഴും'

ഇതോടെ ബ്രഹ്മകാണ്ഡമായി. എല്ലാം കണ്ടിട്ടും ആഴിയെക്കാളും അഗാധമായ മൗനത്തോടെ അമ്മ നില്ക്കുന്നു. ഇത് മറ്റൊരമ്മയെ ഓർമ്മിപ്പിക്കുന്നു. ഭഗവാന്റെ സൈന്യത്തിനെതിരെപ്പോലും യുദ്ധത്തിനായി മക്കളെ അയയ്ക്കുകയും അവർക്കാവേശം നല്കുകയും ധർമ്മം ജയിക്കുമെന്നു മാത്രം അനുഗ്രഹിക്കുകയും ജയാപജയങ്ങൾ നിർമ്മമമായി നോക്കിക്കാണുകയും ചെയ്ത, ഇതിഹാസത്തിലെ അമ്മയായ ഗാന്ധാരിയുടെ ചിത്രം തെളിയുന്നു. പ്രിയപ്പെട്ടവരുടെ ശ്മശാനത്തിൽ നിന്നുകൊണ്ട് ത്രികാലപുരുഷനു നേരേ ചോദ്യവും ശാപവുമെറിയുന്ന മാതൃത്വത്തിന്റെ ധ്വനി കവിയിവിടെ തരുന്നു. 'അഗ്രേപശ്യാമി'യിൽനിന്ന് 'ജന്മപുരാണ'ത്തിലെത്തുമ്പോഴുള്ള ഈ വ്യത്യാസമനുഭവിക്കാൻ വയ്യാത്തത്ര ദാരിദ്ര്യത്തിൽ പുലരുന്നവർക്ക് രമേശൻനായർ വെറും 'അമ്മക്കവി' മാത്രമാവാം. വിശ്വംഭരയായൊരു മാതൃത്വത്തിന്റെ സമൃദ്ധി അവർക്കു നഷ്ടപ്പെടുന്നെന്നു മാത്രം. രമേശൻനായരുടെ കവിത്വത്തിന്റെ വികാസമാണിവിടെ.

'ജന്മപുരാണം' ഒരു കഥാകവിതയാണ്. ദേവദത്തനെന്ന ഒരു നമ്പൂതിരി യുവാവിന്റെയും, സ്വാതന്ത്ര്യാനന്തര ഇന്ത്യയുടെയും ജാതകവിചാരമാണ്. അക്കാലത്ത് ഇവിടെ തളിർത്ത ഒട്ടേറെ പൊതുജന പ്രസ്ഥാനങ്ങളിൽ, ഫ്യൂഡലിസത്തിന്റെ ഒടുക്കത്തെ കണ്ണിയായ ദേവ

ദത്തൻ ചെന്നെത്തുന്നു. ജന്മകാണ്ഡവും കർമ്മകാണ്ഡവും അതാണ്. ബ്രഹ്മകാണ്ഡത്തിൽ ഈ പുത്തൻ സംസ്കാരത്തിന്റെ പ്രശ്നവിചാരവും നടക്കുന്നു. ഇത്ര ബൃഹത്തായൊരു കാലഘട്ടത്തിന്റെ കഥ മുഴുവൻ അവതരിപ്പിക്കുന്നത് ദേവദത്തനെന്ന വ്യക്തിയുടെ സൂക്ഷ്മ ജീവിതത്തിലൂടെയാണ്.

ഫ്യൂഡലിസത്തിന്റെ അന്ത്യയാമങ്ങളിൽ 'ഉറഞ്ഞ മൗനമായി ത്തീർന്ന' ഇല്ലത്താണ് ദേവദത്തൻ പിറന്നുവീഴുന്നത്. നാലുകെട്ടുകൾ തകരുമ്പോൾ കാര്യസ്ഥന്മാർ ബംഗ്ലാവുകൾ പണിയുന്നു. നാലുകെട്ടുകളുടെ ജീർണ്ണതയും, നാശത്തിലേക്കുള്ള സ്വയം ചെന്നെത്തലും ജന്മകാണ്ഡത്തിൽ ആലേഖനം ചെയ്യപ്പെട്ടിട്ടുണ്ട്. സ്വന്തം ജന്മസംസ്കാരത്തിന്റെ നാശം നിസ്സഹായനായി നോക്കിനില്ക്കുമ്പോഴും ഒരു റിബലിന്റെ സ്ഫുലിംഗം ദേവദത്തൻ രഹസ്യമായി സൂക്ഷിക്കുന്നുണ്ട്.

'വലുതാവുക നിൻ കൺകൾ
വരുംകാലത്തെ വെല്ലുവാൻ'

എന്ന സൂചനയാണ് ദേവദത്തനെ അടുത്ത ഭാഗമായ കർമ്മകാണ്ഡത്തിലേക്കെടുത്തെറിയുന്നത്. ഇത് ദേവദത്തനോടും, നിസ്സഹായതയെ ഓമനിക്കുന്ന നമ്മുടെ കാലഘട്ടത്തിലെ ജനതയോടുമുള്ള ആഹ്വാനമാണ്. ഇടറുന്ന ഊന്നുവടിയും പിഴച്ചുപോകുന്ന മന്ത്രങ്ങളും പശപ്പച്ചരിയൊട്ടുന്ന പ്രതാപങ്ങളുമാവുമ്പോൾ, ഒരു താളവട്ടം അവസാനിക്കുകയായി.

ഇല്ലംവിട്ട് നഗരത്തിലെത്തുന്ന ദേവദത്തന് സവർണ്ണനായതുകൊണ്ട് ജോലികിട്ടാൻ പ്രയാസമാവുന്നു. ഒടുക്കം ഒരു സാംസ്കാരിക വാരികയിൽ പ്രൂഫ് റീഡറായി ജോലിയിൽ ചെന്നുപെടുന്നു. ആദ്യന്തം അക്ഷരത്തെറ്റായ ഒരു ജീവിതം പേറുന്നു അദ്ദേഹം. തന്റെ ആദ്യകാല സംശയാലുത്വം ഇവിടെയും അയാളെ അലട്ടുകയാണ്. പക്ഷേ, ജനലക്ഷങ്ങളെപ്പോലെ, സ്വന്തം വിഘടന മനസ്സിൽ ഒതുക്കിവെയ്ക്കാൻ, ദേവദത്തൻ നിർബദ്ധനാവുന്നു. നമ്മുടെ കാലഘട്ടത്തിൽ നിസ്സഹായരായ ദരിദ്രലക്ഷങ്ങളുടെ മനസ്സിലും ഇങ്ങനെ എത്രയോ ചോദ്യങ്ങൾ, നീറ്റലവശേഷിപ്പിച്ച്, ഒടുങ്ങുന്നുണ്ടല്ലോ. കാര്യസ്ഥന്റെ ഉദാരത, ഗ്രാമത്തിലെ ഓട്ടുകമ്പനിയിൽ ഗുമസ്തനായിച്ചേരാൻ ഉണ്ണിയെ ക്ഷണിക്കുന്നു. കളിമണ്ണുകൊണ്ട് പൊന്നുവാർക്കുന്ന കാലത്തിന്റെ പുരോഗതിയിൽ, പൊന്നിനെ കളിമണ്ണായി കാണാൻ പറഞ്ഞ സംസ്കാരത്തിന്റെ സന്തതിയായ ദേവദത്തൻ അത്ഭുതപ്പെടുന്നു. പക്ഷേ, മാറിയ കാലത്തിന്റെ ആഘാതങ്ങളുമായി പൊരുത്തപ്പെടാതെവയ്യ.

സമരസത്തിന്റെ ഈ സമയബിന്ദുവിൽ ദേവദത്തൻ ഒരു കീഴ്ജാതിക്കാരിയെ വേൾക്കുന്നു.

'മനസ്സിന്നുള്ളിലേ വേണ്ടൂ
മഹത്താം ബ്രഹ്മദർശനം
വേരിറങ്ങുന്നു വേദത്തിൻ
വെട്ടമാരിലുമാരിലും'

എന്നാവുമ്പോൾ ശക്തമായ ഒരവബോധസംക്രമണത്തിന് അയാൾ തയ്യാറായിക്കഴിഞ്ഞിരുന്നു. പുതിയ ഈ സ്വാതന്ത്ര്യത്തിന്റെ വിശാലതകൾ തന്നിൽ പെരുകിവരുന്നതായി ദേവദത്തനു തോന്നുന്നു.

അച്ഛനാവുന്ന ദേവദത്തനിൽനിന്നാണ് കർമ്മകാണ്ഡം തുടങ്ങുന്നത്. തുടർന്ന് ഒരു കാലഘട്ടത്തിൽ ഇവിടെ സംഭവിച്ച ഒട്ടേറെ സാമൂഹിക പ്രസ്ഥാനങ്ങൾ ഇവിടെ പരാമൃഷ്ടമാവുന്നു. കാലം ഓതിരം തിരിയുന്നു. കർമ്മം മാറുമ്പോൾ മന്ത്രവും മാറുന്നു. സമരനായകനായി മാറിയ ദേവദത്തൻ ആശുപത്രിയിലെത്തിപ്പെടുന്നു. സമരത്തിനെത്തിയ ദേവദത്തന്റെ ഭാര്യ വെടിവെപ്പിൽ മരിക്കുന്നു. മുന്നേറ്റ പ്രസ്ഥാനങ്ങൾ അയാളെ ജയിലിലും കൊണ്ടു ചെന്നെത്തിച്ചു. എന്നാൽ ദേവദത്തനെ നിരാശനാക്കിയത്, താനുൾപ്പെട്ട പ്രസ്ഥാനത്തിന് സംഭവിച്ച അപചയമായിരുന്നു. മനുഷ്യന്റെ അടിമത്തത്തിന്റെ സ്വഭാവം മാറിയെന്ന് മാത്രം. സ്വാതന്ത്ര്യസമരം മറ്റൊരു രൂപത്തിൽ, പിന്നെയും ബാക്കിയാവുന്നു, ഇതിഹാസങ്ങൾ യുദ്ധത്തിന്റെ നിഷ്ഫലതയെക്കുറിച്ചാണല്ലോ പറയുന്നത്. ഒരു സംഗ്രാമത്തിന്റെ ഒടുവിൽ ദേവദത്തൻ ആത്മനിന്ദയോളം എത്തുമ്പോൾ 'ജന്മപുരാണം' മൂന്നാം ഭാഗമായ ബ്രഹ്മകാണ്ഡത്തിലെത്തുന്നു.

ഇവിടെ എല്ലാത്തിന്റെയും വിചിന്തനമാണ്. ദേവദത്തന്റെ മകൾ ഒളിപ്പോരാളിയാവുന്നു. സാഹസം മുറ്റിയ യൗവനം, സമൂഹത്തിന്റെ നെറികേടുകൾക്ക് പകരംവീട്ടാൻ, പുതിയ രഥ്യകളന്വേഷിച്ചതിന്റെ കഥ നമ്മുടെ വർത്തമാനകാലാനുഭവമാണല്ലോ. ചുവരിൽ ചോരക്കൈപ്പത്തി മിന്നുന്നതിന്റെ സൂചന തന്നുകൊണ്ട്, കവി ഇക്കഥയുടെ ഏകാഗ്രതയിൽ നമ്മെ ഉറപ്പിക്കുന്നു.

സ്വന്തം അമ്മയെ കൊന്നുവീഴ്ത്തിയവരോട് പ്രതികാരം ചെയ്യാൻ ദേവദത്തന്റെ മകൾ ഒളിപ്പോരാളിയാവുന്നു. പക്ഷേ, ഇത് ബ്രഹ്മകാണ്ഡമായതുകൊണ്ട് കർമ്മവിചിന്തനവും വേണം.

'അവന്റെ മക്കളും തോക്കിൻ
കുഴലാൽത്തന്നെ നിന്നൊടും
പകവീട്ടാനിറങ്ങുമ്പോൾ
പാഴായ്ത്തീരുന്നു വിപ്ലവം'

എന്ന് ബ്രഹ്മകാണ്ഡം ആ ധർമ്മം നിറവേറ്റുന്നു. ഈ കുടിപ്പകകളായിരുന്നല്ലോ ഇതിഹാസങ്ങളിലും. 'കുടുംബകലഹങ്ങളും', 'നിശാചരവധ'ങ്ങളും, തലമുറകളിലൂടെ നിർദ്ദയം തുടരുന്ന മനുഷ്യകഥ പൂർത്തിയാവുന്നേയില്ല. ബ്രഹ്മകാണ്ഡത്തിൽ അതിന്റെ വീണ്ടുവിചാരമുണ്ട്. ലക്ഷ്യം തെറ്റിയ വിപ്ലവങ്ങളും മനുഷ്യമുക്തിയിലല്ല, പീഡനത്തിലാണ് അവസാനിക്കുന്നത്.

'അറിയുന്നീല നീയും നിൻ
കൂട്ടരും ലക്ഷ്യമിപ്പൊഴും
കുടിപ്പക വളർത്തിക്കൊ-
ണ്ടലയുന്നു നിരന്തരം'

എന്ന് വിപ്ലവകാരിയായ ദേവദത്തന് ഒളിപ്പോരാളിയായ മകളോട് പറയേണ്ടി വരുന്നത് അതുകൊണ്ടാണ്. വിപ്ലവപ്രസ്ഥാനത്തിൽ ഒറ്റുകാർ വന്നു. മറുഭാഗത്ത് നിസ്സഹായരായി നില്ക്കാൻ തയ്യാറല്ലാത്ത, തന്റെ മകളടക്കമുള്ള പുതിയ തലമുറ, വിപ്ലവത്തിന്റെ പേരിൽ മനുഷ്യനിരാസംവരെ എത്തുന്നു. പരിവർത്തനമല്ലെങ്കിൽ പ്രതികാരമെങ്കിലും നടക്കട്ടെ എന്നാവും. ഇതിനു രണ്ടിനുമിടയിൽ അമ്പരപ്പോടെ, ദേവദത്തൻ ചെന്നെത്തുന്നു. വിപ്ലവത്തിന്റെ ഈ പുതിയ മുഖവും, വിപ്ലവമാവുന്നില്ലെന്നതാണ് കവിദുഃഖം. 'പെട്രോൾ ച്ചിതയിലെ പ്രേതം', 'വസ്ത്രാക്ഷേപ ദുശ്ശാസനത്വം' 'ചൂഴ്ന്നുകൂട്ടിയ കണ്ണുകൾ' എന്നീ പ്രയോഗങ്ങളിലൂടെ കവി അസ്വാസ്ഥ്യജനകമായൊരു കാലഘട്ടം നമ്മിലുണർത്തുന്നു.

അവസാനം ദേവദത്തന്റെ അവിവാഹിതയായ മകൾ, ഒരു ചോരക്കുഞ്ഞുമായി വാതിൽക്കൽ വന്നുമുട്ടുന്നു. ആ പുലരിയെ ധീരമായി ദേവദത്തൻ എതിരേല്ക്കുന്നു. ഇതു ദേവദത്തന്റെ മാത്രം കഥയല്ല. നമ്മുടെ നാടിന്റെ സംഭവപൂർണ്ണമായൊരു കാലഘട്ടമാണിതിൽ ചുരുൾ നിവരുന്നത്. പുതിയ യാഥാർത്ഥ്യങ്ങൾക്ക് മുഖാമുഖമാവുമ്പോഴുള്ള ഞെട്ടലുകളാണിതിൽ നിറയെ. ഒപ്പംതന്നെ നമ്മുടെ ഉടൻ വർത്തമാനത്തിന്റെ ഇതിഹാസമാവാനും ഇതിനു കഴിയുന്നു. ബ്രാഹ്മണമേധാവിത്വം തീർന്നാൽ മനുഷ്യന്റെ ദുരിതങ്ങൾ തീരുമെന്നു മോഹിച്ച് അതിനായി ഒരു വൻ പ്രസ്ഥാനംതന്നെ ഉടലെടുത്തു. എന്നിട്ടോ? അതുകഴിഞ്ഞപ്പോൾ ദുരിതങ്ങളുടെ ഭാവം മാറിയതല്ലേ ഉള്ളൂ. വെള്ളക്കാരന്റെ മേൽക്കോയ്മ തീർന്നാൽ ഭാരതത്തിൽ സ്വാതന്ത്ര്യത്തിന്റെ സമൃദ്ധി നിറയുമെന്നു മോഹിച്ചവർക്കേറ്റ നൈരാശ്യം, എത്ര കനത്തതാണ്! പല വിപ്ലവപ്രസ്ഥാനങ്ങളും വിമുക്തിക്കു പകരം അധീശത്വമായിരുന്നു മനുഷ്യനു തന്നത്. മനുഷ്യസങ്കല്പങ്ങളും പ്രയത്നങ്ങളും

നിഷ്ഫലമാവുന്നത് ദുഃഖകരമാണ്. പക്ഷേ, അകർമ്മണ്യതയല്ല നമ്മുടെ ലക്ഷ്യം. ഒരു ജനസമൂഹത്തിന്റെ നിഷ്ക്രിയത്വം, പുത്തൻ അടിമത്തങ്ങളിലേക്കായിരിക്കും അവരെ എത്തിക്കുക. ആത്മാലാപവും, ആഹ്വാനവും കലർത്തി, വി.ടി. ഭട്ടതിരിപ്പാട് ഈ പുസ്തകത്തിന്റെ ആമുഖത്തിൽ അത് പറയുന്നു.

കവിത്വം, നിഷ്ക്രിയതയ്ക്കുള്ള ആഹ്വാനമല്ലെന്ന് രമേശൻ നായർക്കറിയാം. രാത്രിക്കു ശേഷമുള്ള പ്രഭാതങ്ങൾ സ്വപ്നം കാണുന്നവനാണ് കവി. ഒപ്പംതന്നെ പൊയ്മുഖമണിഞ്ഞ പ്രസ്ഥാനങ്ങളുടെ തനിരൂപവും കവി വ്യക്തമാക്കുന്നു. ദേവദത്തൻ ആശുപത്രിയിൽ കിടക്കുമ്പോൾ മറ്റൊരു സഖാവ് നടത്തുന്ന കുമ്പസാരത്തിലൂടെ കവി ഇത് പറയുന്നുണ്ട്. ഈ പുതിയ സാമൂഹ്യസേവകവർഗ്ഗമാണ് ശരിയായ വർഗ്ഗശത്രുക്കളെന്ന ഉൾക്കാഴ്ച തൊഴിലാളിവർഗ്ഗത്തിന് ഇക്കവിത നല്കുന്നു.

'അവരേ വർഗ്ഗശത്രുക്ക-
ളവരല്ലല്ലി നമ്മളെ
ഇന്നും നുകം ചുമപ്പിപ്പോ-
രിന്നും തല്ലിത്തെളിയ്ക്കുവോർ'

ഈ വർഗ്ഗശത്രുക്കൾക്കെതിരെയാണ് ദേവദത്തന്റെ പുത്രി ചോര പുരണ്ട കൈപ്പത്തിയുമായി ഇറങ്ങിയിരിക്കുന്നത്. ഈ വിപ്ലവത്തിന്റെ കഥാന്തരം പറയാനും കാലമാവുന്നു.

നാടിന്റെ ചരിത്രം

ഒരു നാടിന്റെ ചരിത്രത്തിലൂടെയാണ് നാം കടന്നുപോന്നത്. സ്വാതന്ത്ര്യത്തിന്റെ വെൺപ്രാവുകൾ ആകാശത്തിന്റെ അപാരതകളിലല്ല, പണക്കാരന്റെ ഷോകേസുകളിലാണ് ചെന്നെത്തിയത്. ഒരു പറക്കലിന്റെ ദുരന്തം. ആകാശഗംഗ ഏതോ ജടയിൽ ചെന്നുപെട്ടു. അതിനെ ഭൂമിയിലെത്തിക്കാൻ മറ്റൊരു ഭഗീരഥൻ വേണമെന്ന് കവി പറയുന്നു. ബാലറ്റുപെട്ടികളിലൂടെ വന്നെത്തിയ ജനാധിപത്യം പ്രഭുത്വത്തിന്റെ ഭോഗവസ്തുവായപ്പോൾ ഒരു യുദ്ധത്തിന്റെ നൈഷ്ഫല്യം നാം അനുഭവിക്കുന്നു. ഇതൊക്കെ ദേവദത്തനറിയുന്നു. പക്ഷേ, നിസ്സഹായതയല്ല ഇനി വേണ്ടത്. ഇനിയും യുദ്ധങ്ങൾ ബാക്കിയാണെന്ന ആഹ്വാനമാണ് ദേവദത്തന്റേത്.

ഖദറിൽ പൊതിഞ്ഞ കപടച്ചിരിയും ഗാന്ധിത്തൊപ്പിക്കടിയിലെ ഊഷരതയും ശവഭോഗം നടത്തുന്ന വാഗ്ദാനവിപ്ലവവും, നാം കണ്ടു. ഇരുട്ടിന്റെ ഒടുക്കം വന്നെത്തുമെന്നു കരുതുന്ന ചുവന്ന പ്രഭാതവും

കറുക്കാതിരിക്കണം. അതിന് പുതിയ തലമുറ തേടുന്ന മാർഗ്ഗങ്ങളും ഒരു വെറും സാഹസികത മാത്രമാവരുത്. ബ്രഹ്മകാണ്ഡത്തിലൂടെ മറ്റു രണ്ടു കാണ്ഡങ്ങളുടെ സാകല്യചിന്ത നിരത്തിക്കൊണ്ട് കവി ഒരു കാലഘട്ടത്തിന്റെ പ്രശ്നവിചാരം മുഴുവനാക്കുന്നു. ഈ പ്രശ്ന വിചാരം അത്ര എളുപ്പമല്ല. അതിന്റെ അസ്വസ്ഥതകൾ ദേവ ദത്തനെപ്പോലെ നമ്മളും അറിയണം. അതിനിയും വൈകിച്ചുകൂടാ. യുഗധർമ്മമാണത്. കണ്ടതുമാത്രം കണ്ടതും, കണ്ടെത്താൻ വൈകി യതുമായിരുന്നു ഇവിടത്തെ ജന്മദുരന്തം. നമ്മുടെ സ്വാതന്ത്ര്യം മറ്റാരുടെയോ ബാധ്യതയാണെന്നു കരുതി ഏല്പിച്ചുകൊടുത്തതിന് ഒരു ജനതയിന്ന് കനത്തവില കൊടുക്കേണ്ടിവരുന്നു.

ഇതൊക്കെ സൂചിപ്പിക്കുന്ന 'ജന്മപുരാണം' മറ്റൊരു മുന്നേറ്റത്തിന്റെ ആഹ്വാനത്തോടെയാണവസാനിക്കുന്നത്. അതൊരു പുതിയ കർമ്മകാണ്ഡമാവാം. അതിന്റെ രൂപവും, ഭാവവും വേറെയാവാം. ആവണമെന്നാണല്ലോ നമുക്ക് കിട്ടിയ പാഠം. ദേവദത്തന്റെ മാറത്ത് കൈകാലിട്ടടിക്കുന്ന ശിശു പുതിയ മനുഷ്യന്റെ പ്രതിനിധിയാണ്. കർമ്മവിചാരത്തിലൂടെ സാകല്യസത്ത കണ്ടറിഞ്ഞ പുതിയ മനുഷ്യൻ. ആ പുതിയ മനുഷ്യനുവേണ്ടിയുള്ള ഇതിഹാസമാണ് 'ജന്മപുരാണം'.

മാതൃഭൂമി ആഴ്ചപ്പതിപ്പ്, 1983 ജൂൺ 26

■

ഇരുപതാംനൂറ്റാണ്ടിന്റെ ഇതിഹാസവും ജന്മപുരാണവും

ഡോ. എം. ലീലാവതി

അക്കിത്തവും രമേശൻനായരും ഔദ്യോഗികരംഗത്ത് തൊട്ടുതൊട്ടിരിക്കുന്നവരാണ്. കവിതാരംഗത്തും, തുടർപ്പുള്ളിട്ടു കൂട്ടിച്ചേർത്ത രണ്ടാവണപ്പലകമേലാണിരിക്കുന്നത്. അത്രയ്ക്കു സാദൃശ്യമുണ്ട് ഇവരുടെ ദർശനങ്ങൾക്കും പ്രസ്തുത കൃതികളിലെ ജീവിതപ്രമേയങ്ങൾക്കും. രണ്ടു ദശകങ്ങളിലേറെ നീണ്ട ഒരു കാലഘട്ടത്തിന്റെ വിടവുണ്ട് ഈ കൃതികളുടെ ഇടയ്ക്ക്. എന്നിട്ടും ഇതിഹാസകൃത്ത് ഏതൊരു ജീവിതസമസ്യയുടെ മുമ്പിൽ നിറഞ്ഞ കണ്ണുകളോടെ നിന്നുവോ അതേ സമസ്യയുടെ വിഷമവൃത്തത്തിൽത്തന്നെ പുകഞ്ഞുകത്തുന്ന കണ്ണുകളോടെ നില്ക്കേണ്ടിവരുന്നു രമേശൻനായർക്ക്. കൊടുംക്രൂരമായ ഈ കാലഘട്ടം ഒരു കുഴിയാനയെപ്പോലെ പിന്നോക്കം നടക്കുന്നുവെന്നു മാത്രമല്ല അതുളവാക്കുന്ന ഫണൽപോലെയുള്ള കുഴിയുടെ വക്കത്ത് എത്തിപ്പെടുന്ന ആദർശശീലരെ അതിലേക്കുരുട്ടിവീഴ്ത്തി നീരും ചോരയും കുടിച്ചു പിണ്ടിയാക്കി വിടുകയും ചെയ്യുന്നു.

ഈ ദുരന്തമാണ് രണ്ടു കവികൾക്കും ചിത്രീകരിക്കേണ്ടിവന്നിട്ടുള്ളത്. ആ ദുരന്തത്തിന്റെ പടുകുഴിയിൽവീണു പൊലിഞ്ഞുപോയവരെ നോക്കി നില്ക്കുമ്പോഴനുഭവപ്പെട്ട വീർപ്പുമുട്ടലിന് കാവ്യരൂപം നല്കിയപ്പോൾ, അക്കിത്തം ഓർത്തിരിക്കില്ല തന്റെ അനുജാതർക്കുണ്ടാകാൻ പോകുന്ന അനുഭവം ചരിത്രത്തിന്റെ ആവർത്തനമായിരിക്കുമെന്ന്. അഥവാ ആവർത്തനമാകാനിടയുണ്ടെങ്കിൽ അതു തടയുന്ന ഒരു പുനർജ്ജന്മത്തിലേക്കുള്ള സമാവർത്തനമായിത്തീരണം തന്റെ കവിത എന്ന ശുഭാശംസയാണ് കവി അതിന്റെ പൂഞ്ചിറകിൽ കുറിച്ചുവച്ചിരുന്നത്. പക്ഷേ, ദുരന്തത്തിന്റെ ചരിത്രം ആവർത്തിച്ചിരിക്കുന്നു. പിന്നാലെ വരുന്ന കവികൾക്കും അതേ സമസ്യയുടെ സ്ഫോടനത്താൽ കണ്ണും കരളും പുകഞ്ഞുകത്തേണ്ടിവന്നിരിക്കുന്നു.

ആദർശശീലനും ധീരനും ലോകസാമൂഹ്യദുർനിയമങ്ങൾ തിരുത്തണമെന്ന വാശിയുള്ളവനുമായ ഒരു ഉത്കൃഷ്ടാശയൻ സാഹചര്യങ്ങളുടേയും പ്രതിലോമശക്തികളുടേയും ഗൂഢാലോചനയാലോ, ഉത്തമമെന്ന വിശ്വാസത്തോടെ കൈക്കൊണ്ട മാർഗ്ഗത്തിലുണ്ടായിരുന്ന ചതിക്കുഴികളാലോ, പരാജിതനായിത്തീരുക, ജീവിതമെന്ന ഒഴിഞ്ഞ വഞ്ചി പഴയ കുറ്റിയിൽത്തന്നെ കെട്ടപ്പെട്ടിരിക്കുന്നതായിക്കാണുക— ഈ സമസ്യയ്ക്കാണ് രണ്ടു ദശകങ്ങൾകൊണ്ട് പുതിയ ഉത്തരമൊന്നും കിട്ടിയിട്ടില്ലാത്തത്. അഥവാ ഉത്തരം കിട്ടിയിട്ടില്ലെന്നാണ് രമേശൻനായരുടെ കാഴ്ചപ്പാട്.

ഇരുപതാംനൂറ്റാണ്ടിന്റെ ഇതിഹാസത്തിലെ കഥാനായകൻ ഒരു ഉണ്ണിയായി വിഹരിക്കുന്ന കാലത്ത് സ്വർഗ്ഗത്തിലായിരുന്നു. കയ്പുകളൊന്നും അറിയാത്ത ശൈശവത്തിന്റെ സ്വർഗ്ഗം. ക്രമേണ അവന് അറിവു കൈവന്നു. അതോടെ സ്വർഗ്ഗം നഷ്ടപ്പെടുന്നു. എന്തെന്നാൽ ആ അറിവാണ്, വിയർപ്പൊഴുക്കി, “കരിയിന്മേൽ കൂന്നുനിന്നു വലിക്കുന്ന താന്തകർഷകൻ” അരപ്പട്ടിണിക്കാരനും, മേലനങ്ങാത്ത ജന്മി അവനുണ്ടാക്കിയ അന്നം ഭുജിച്ചു കൊഴുത്തവനുമാണെന്ന സത്യം അയാൾക്കു മനസ്സിലാക്കിക്കൊടുത്തത്. തൊഴിലാളികൾ യന്ത്രത്തിന്റെ ചക്രപ്പല്ലുകളിൽ മാംസപേശികൾ കോർക്കുമ്പോൾ അവരുണ്ടാക്കുന്ന പട്ടുടയാട അണിഞ്ഞു സുഖിക്കുന്ന അന്യൻ അദ്ധ്വാനിക്കുന്നില്ലെന്നു പറഞ്ഞുകൊടുത്തതും ആ അറിവാണ്. അങ്ങനെ അറിവ് ഉണ്ണിയെ നരകത്തിലേക്ക്, അനുകമ്പയുടെ ഫലമായ വേദനയിലേക്ക് വീഴ്ത്തി. പിന്നീടയാൾ കണ്ട ജീവിതമെന്ന പാതാളത്തിൽ ദുരിതങ്ങളെല്ലാം വർഗ്ഗഭേദോൽഭിന്നമാണെന്ന് അയാൾക്ക് ബോദ്ധ്യമായി. വർഗ്ഗവൈരുദ്ധ്യത്തിന്റെ തത്ത്വശാസ്ത്രം ഉൾക്കൊണ്ട അയാൾ മർദ്ദകന്യൂനപക്ഷത്തെ തുടച്ചുനീക്കുകയല്ലാതെ മറ്റു പോംവഴികളില്ലെന്ന ദൃഢപ്രത്യയത്താൽ നീതനായി ഉടൻ വിപ്ലവത്തിന്റെ മാർഗ്ഗത്തിലേക്കെടുത്തുചാടുന്നു. കേരളത്തിന്റെ പശ്ചാത്തലത്തിൽ, പരാജയപ്പെട്ടുവെന്നയാൾ കരുതുന്ന ഒരു സാഹസോദ്യമത്തിന്റെ തൊട്ടുപിമ്പേ, അയാൾ പശ്ചാത്താപനിമഗ്നനായി നിന്നു കേഴുന്നു. തന്നെ വിശ്വസിച്ചു പിന്നാലെ വരികയും വിപ്ലവാഗ്നിയിൽ ഹോമിക്കപ്പെടുകയും ചെയ്ത ധീരയുവാക്കളെയും ഒന്നുമറിയാത്ത വൃദ്ധപിതാക്കളെയും പിഞ്ചുകുഞ്ഞുങ്ങളെയും ഓർത്ത് അയാൾ ഹൃദയം പൊട്ടി കരയുന്നു.

“നിരുപാധികമാം സ്നേഹം ബലമായിവരും ക്രമാൽ!” എന്ന തത്ത്വത്തിന്റെ തണലിൽ എല്ലാം കണ്ടുംകൊണ്ട് ഒന്നും ചെയ്യാതെ നില്ക്കാൻ അയാളുടെ ആദർശശീലത്തിനും ശുഭകാമനയ്ക്കും പണ്ടു കഴിയുമായിരുന്നില്ല. അകർമ്മണ്യതയും സഹനവും അന്ന് കൊടും പാതകമാകുമായിരുന്നു. ഇപ്പോൾ, ചതിക്കുഴിയിലേക്കു വീണപ്പോഴോ?

തന്റെ മാർഗ്ഗത്തിൽ സ്നേഹതത്ത്വത്തിന് പരിഗണനയേ നല്കിയില്ലെന്നത് തെറ്റിപ്പോയി എന്നയാൾ ദുഃഖിക്കുന്നു. അതേ, സമസ്യ ഇതു തന്നെയാണ്; ലോകസാമൂഹ്യദുർനിയമങ്ങൾ സ്നേഹസുന്ദരപാതയിലൂടെ തിരുത്താനാകുമോ?

'ജന്മപുരാണ'ത്തിൽ ഈ സമസ്യയെ പിൽക്കാലത്തുണ്ടായ സംഭവവികാസങ്ങളുടെ തീച്ചൂളകൾക്കു മുമ്പിൽ നിർത്തി പരിശോധിക്കുന്നു.

കഥാനായകൻ ദേവദത്തനെന്ന 'ഉണ്ണി' (നമ്പൂതിരി ബാലൻ). ഈ ദേവദത്തൻ, അക്കിത്തത്തിന്റെ പണ്ടത്തെ മേശാന്തിയെപ്പോലെ കാലഘട്ടത്തോടൊപ്പം മാറ്റത്തിനു വിധേയനാവാനും മാറ്റത്തെ സ്വാഗതം ചെയ്യാനും മടിക്കുന്നില്ല. എന്നിട്ടും പരാജയപ്പെടുന്നു. എന്നുവച്ചാൽ, സത്യശിവധർമ്മകാമനയുടെ ബലിവേദിയിൽ ഹോമിക്കപ്പെടുന്നു. വ്യക്തിയുടെ സത്യശിവധർമ്മങ്ങൾ സമൂഹസുഖത്തോടു ബദ്ധമാകണമെന്ന നിർബ്ബന്ധമില്ലായിരുന്നെങ്കിൽ, സ്വസുഖത്തിനുവേണ്ടി സത്യശിവധർമ്മങ്ങളെ ബലികൊടുക്കാൻ മടിക്കാതിരുന്നെങ്കിൽ, അയാൾ 'പരാജയ'പ്പെടുമായിരുന്നില്ല. അതിനാൽ അയാളുടെ പരാജയം സമൂഹധർമ്മനീതിയുടെ പരാജയമാണ്. 'ഇരുപതാംനൂറ്റാണ്ടിന്റെ ഇതിഹാസ'ത്തിലെ കഥാപുരുഷന്റെ പശ്ചാത്താപം ധർമ്മസങ്കല്പവും കർമ്മമാർഗ്ഗവും പിഴച്ചുപോയെന്നാണ്. ഇവിടെ അങ്ങനെയല്ല. ഈ കഥാപുരുഷൻ ദുഃഖിതനാണെങ്കിലും പശ്ചാത്താപദഗ്ദ്ധനല്ല. എന്തെന്നാൽ, താൻ കൈക്കൊണ്ട ധർമ്മസങ്കല്പത്തോടും കർമ്മമാർഗ്ഗത്തോടും വിശ്വസ്തനായിത്തന്നെ വർത്തിച്ചു എന്ന ചരിതാർത്ഥത ഇയാൾക്കവകാശപ്പെട്ടതാണ്. എന്നിട്ടും പരാജയപ്പെട്ടതിന്റെ സാഹചര്യങ്ങൾ വിവരിക്കുമ്പോൾ ഇയാളെ പരാജയപ്പെടുത്തിയ ധർമ്മനീതിയെ കവിക്കു കൂട്ടിൽ കയറ്റേണ്ടിവരുന്നു. അങ്ങനെ ഫലത്തിൽ അക്കിത്തം എത്തിയേടത്തുതന്നെ എത്തുകയും ചെയ്യുന്നു.

ദേവദത്തനെന്ന ഉണ്ണി പിറന്നത് സമ്പത്തും പ്രതാപവുമുള്ള ഇല്ലത്താണ്. എന്നാൽ ഇല്ലം കാണക്കാണെ ക്ഷയിച്ചു. ആന, കഥകളി, യോഗം, വരുന്നവർക്കൊക്കെ സദ്യവട്ടം—അങ്ങനെ പ്രതാപക്കൊടുമുടിയിൽ വാണ ഇല്ലം. പക്ഷേ, പാട്ടനിലങ്ങൾ, കാര്യസ്ഥന്റെ ഭരണം, അപ്ഫന്റെ അകർമ്മണ്യത, കോടതിവ്യവഹാരങ്ങൾ—അങ്ങനെയങ്ങനെ തകർച്ചയ്ക്കു വേഗം കൂടി. ഇല്ലത്തെ ഏകപുത്രൻ സുഖസമൃദ്ധികളുടെ ഇടയിലും ഉച്ചപ്പട്ടിണി കിടന്ന് സ്കൂളിൽ പഠിച്ചത് കർക്കശമായ ആചാരങ്ങളോടുള്ള വിധേയതയും മോചനത്വരയും ഒരേ സമയത്തു പ്രവർത്തിച്ചതുകൊണ്ടാണ്. ഓത്തും വ്രതങ്ങളും

ആചാരങ്ങളും ശുദ്ധാശുദ്ധങ്ങളും അതോടൊപ്പം പള്ളിക്കൂടത്തിൽപ്പോക്കും. അങ്ങനെ ആ ഉണ്ണി ശീലത്താൽ ഉറച്ച വിശ്വാസങ്ങളുടേയും, ബുദ്ധിശക്തികൊണ്ടും പഠിപ്പുകൊണ്ടും യുക്തിവിചാരംകൊണ്ടും മൂർച്ചകൂടിയ മോചനത്വരയുടേയും ഒരു സമ്മിശ്രാസ്തിത്വമായി വളർന്നു. വേദപാഠങ്ങളും വൈദികസംസ്കാരവും അയാളുടെ അന്തരാത്മാവിന്റെ അടിവേരുകളാണ്. പഠിച്ച് പുതിയ അറിവുകളും ബിരുദവും നേടിയതിൽനിന്നുളവായ പച്ചനാമ്പുകൾ വെളിച്ചത്തിലേക്ക് അതിവേഗം വികസിച്ചു നീളുകയും ചെയ്തു.

ഏഴു പെൺകിടാങ്ങളുടെ ഇടയിലുള്ള ഏക പുത്രന്റെ ഹൃദയഭാരം കാര്യസ്ഥഭരണത്തിൻ കീഴിലുള്ള ഇല്ലത്തിന്റെ അനുക്രമമായ തകർച്ചയും കൂടിച്ചേർന്നപ്പോൾ ഉത്കടമായിത്തീർന്നു. ഇല്ലത്തെ കന്യകകൾ 'കെട്ടുവള്ളങ്ങളായി വീർപ്പുമുട്ടി'നില്ക്കുമ്പോൾ കാര്യസ്ഥന്റെ വിവാഹിതകളായ മക്കൾക്ക് അയാൾ അന്യനാടുകളിൽ വീടുകൾ പണിതുകൊടുക്കുകയായിരുന്നു. ഏഴിൽ ചൊവ്വയുള്ള മൂത്ത 'പെൺകിടാവ്' ജപവും തപവും വ്രതവുമനുഷ്ഠിച്ചുകൊണ്ടിരുന്നിട്ടും വിലക്കപ്പെട്ട കനി ഭക്ഷിക്കാനിടയായി—മറ്റൊരു നങ്ങേമക്കുട്ടി. അവളെ കുടതല്ലിപ്പുറത്താക്കി. ആ ഇറങ്ങിപ്പോക്കു കണ്ട ദേവദത്തന്റെ കരളിലെ അമ്പിളി കെട്ടു. വിവശനായി വീണ അപ്ഫന്റെ ദുഃഖങ്ങളും വേഗത്തിലൊടുങ്ങി. അടിത്തറ പൊളിഞ്ഞുകഴിഞ്ഞ ജന്മഗേഹത്തെ ഉദ്ധരിക്കുക എളുതായിരുന്നില്ല. ആറു സോദരിമാർ നിത്യേന അശ്രു വാർത്തിട്ടും വേനലിൽ ഇല്ലത്തെ താമരക്കുളം വറ്റി. ഇനിയൊന്നും ചോർത്തെടുക്കാനില്ലെന്നുറപ്പായപ്പോൾ കാര്യസ്ഥൻ പിരിഞ്ഞുപോയി. വരുമ്പോൾ അരയിൽ തോർത്തു ചുറ്റിയിരുന്നവർ പോവുമ്പോൾ കസവുവേഷ്ടി പുതച്ചിരുന്നു. ഉദ്യോഗവും പ്രതാപവുമുള്ള നാലു ജാമാതാക്കൾ അയാളുടെ അന്തസ്സുയർത്തിക്കൊടുക്കയും ചെയ്തിരുന്നു. ഇല്ലത്തു റേഷൻകാർഡും പശപ്പച്ചരിയും പരിചിതമായി. പാട്ടഭൂമികളൊക്കെ പോയി. വില്ക്കാനൊന്നുമില്ലാതായി. ഇല്ലപ്പറമ്പിൽ കുടിയേറിപ്പാർത്ത ബാപ്പുട്ടിയുടെ മകൻ കടൽ നീന്തിനീന്തി ദുബായിൽച്ചെന്നുപെട്ടതുകൊണ്ട് എന്തു വിലകൊടുത്തും അവൻ എന്തും വാങ്ങുമായിരുന്നു. പക്ഷേ, ഇല്ലത്ത് എന്തുണ്ട് വില്ക്കാൻ? ഉലക്കച്ചുറ്റോ? ദേവദത്തൻ ജോലിതേടി നഗരത്തിലെത്തി. ബിരുദപത്രം എങ്ങും തുണച്ചില്ല. സവർണ്ണനു ജോലിയില്ല. അവൻ ഭംഗിവാക്കുകളോടെ പുറംതള്ളപ്പെടുന്നു. അവൻ അധഃകൃതനായി മാറിയിരിക്കുന്നു. ചരിത്രത്തിന്റെ പ്രതികാരം തന്റേയും തന്റെ വർഗ്ഗത്തിന്റേയും നേരെ തിരിഞ്ഞിരിക്കുന്നതിന്റെ അർത്ഥമാനങ്ങൾ ദേവദത്തൻ ഉൾക്കൊണ്ടു. ആയിരങ്ങളെ ഊട്ടിയ ഇല്ലത്തെ വയ്പുപാത്രങ്ങൾകൂടി തൂക്കിവിറ്റ്, "ഉപ്പുകല്ലിന്നായുരിയരിച്ചോറിനായ്" നഗരത്തിലെത്തിയ ദേവദത്തൻ

നാഗരികസംസ്കൃതി നേരിൽ കണ്ടമ്പരന്നു. നിറഞ്ഞ വയറും താങ്ങി ഇറങ്ങിപ്പോയ പെങ്ങൾ നഗരത്തിലെ ഹോട്ടലുകളിലൊന്നിലുറങ്ങുന്നുണ്ടെന്നു വരുമോ?

ഒടുവിൽ, ഒരു 'ശുദ്ധസംസ്കാരവാരിക' ഇറക്കുന്ന പത്രമാപ്പീസിലെ പ്രൂഫ് നോട്ടമാണ് കിട്ടിയ തൊഴിൽ—ഗൾഫിൽ അഞ്ച് അളിയന്മാരുള്ള ആ പത്രവ്യവസായി ഈയിടെ 'വിശ്വസംസ്കാരം വിലയ്ക്കു വാങ്ങിയ'വനാണ്! നേരിൽ കണ്ടപ്പോൾ ആര്? പണ്ട് കലാലയവരാന്തയിൽ അശ്ലീലം വില്ക്കാൻ വന്നവൻ! അമ്മപെങ്ങന്മാരുള്ള തനിക്ക് ആ 'സംസ്കാര'ത്തിന്റെ അക്ഷരത്തെറ്റു തിരുത്താനാവില്ലെന്നറിഞ്ഞ് ഒടുവിൽ 'ഋക്കി'ലേക്കുതന്നെ മടങ്ങുന്നു. ഈ ഘട്ടത്തിൽ, സ്വന്തം കുടുംബത്തിന്റേയും സമൂഹത്തിന്റേയും തകർച്ച മാത്രമല്ല, നാടിന്റെ ഒട്ടാകെയുള്ള അധഃപതനം ദേവദത്തനെ വ്യഥിതനാക്കുന്നു. തന്റെ ലക്ഷ്യമില്ലാത്ത അലച്ചിൽ രാഷ്ട്രത്തിന്റെയും സ്ഥായീഭാവമായിത്തീർന്നിരിക്കുന്നെന്ന് അയാൾ അറിയുന്നു. ഭൂരിപക്ഷം നിരക്ഷരരായ അടിമകൾ—ചൂഷകവർഗ്ഗത്തിനു വാഗ്ദാനത്തിന്റെ വിഴുപ്പലക്കാനുള്ള കല്ലുകൾ. ഉണ്ണാനില്ല, ഉടുക്കാനില്ല, അരച്ചാൺ വയറിനായി ഉടുപ്പഴിക്കേണ്ടിവരുന്ന സഹോദരികൾ. തൊഴിലില്ലാപ്പട. ഏതു പാർട്ടിക്കും വേണ്ടി കൊടിപിടിക്കാൻ സന്നദ്ധരായ കൂലിക്കൊടിക്കാർ. ധർമ്മസംസ്ഥാപനാർത്ഥം കല്ക്കി അവതരിക്കുമോ? പാതാളത്തിൽ ഗതികിട്ടാതെ അടിഞ്ഞവരെ ഉയിർപ്പിക്കാൻ ഒരു ഭഗീരഥൻ വരുമോ? വിപ്ലവതത്ത്വശാസ്ത്രങ്ങൾ എന്തു നേടി? (രക്തസാക്ഷികളെക്കൊണ്ടുള്ള കാലയാപനം—ശവഭോഗം) അശ്വത്ഥാമാവിനെപ്പോലെ അസ്വസ്ഥനായി ദേവദത്തൻ തിരിച്ചെത്തുന്നു—കാത്തിരിക്കുന്ന ആറുസോദരിമാരിൽ മൂത്തവൾ 'ഇജ്ജന്മം വേളിവേണ്ടെന്ന്' ശഠിച്ച് തന്നോടുതന്നെ പകവീട്ടാനൊരുങ്ങി; ഒരു മുടന്തൻ നമ്പൂരി, അമ്പലത്തിലെ ചന്ദനമരപ്പുകാരൻ, എത്തിയപ്പോൾ രണ്ടാംസഹോദരിയെ കൊടുത്തു. പിന്നെ രണ്ടു പെങ്ങന്മാർ തയ്യൽവേല പഠിച്ചു (ഗ്രാമവികസന പരിപാടിയിൽ). കൈവിട്ടുപോയ ഇല്ലപ്പറമ്പിൽ അക്കാലത്ത് ഓട്ടുകമ്പനി വരുന്നു. പഴയ കാര്യസ്ഥന്റെ വക. അയാൾ അവിടെ 'ഉണ്ണിത്തിരുമേനിക്കു' കണക്കെഴുത്തുപണി കൊടുക്കുന്നു. റേഷനരിക്കുള്ള വകയായി. ഒരു നാൾ റേഷൻ വാങ്ങാൻ തുണിസ്സഞ്ചിയുമെടുത്തു പോകുമ്പോൾ അടുത്തുവന്നു പെട്ടെന്നു നിന്ന കാറിൽ നിന്നിറങ്ങുന്നതാര്? പണ്ട് ഇല്ലപ്പറമ്പിൽ കുടിപാർത്തിരുന്ന കുടുംബത്തിലെ കന്നാലിച്ചെറുക്കൻ! ഇപ്പോൾ ഐ.എ.എസ്സുകാരൻ. തങ്ങൾ 'ഋക്കും' 'അമ്പല'വും 'ശുദ്ധ'വുംകൊണ്ട് ആഢ്യത്തം നിലനിറുത്താമെന്നു ധരിച്ചു കഴിഞ്ഞുകൂടിയ കാലഘട്ടങ്ങളുടെ മൂഢത ഉടലെടുത്തു മരവിച്ചുനില്ക്കുംപോലെ ദേവദത്തൻ നിന്നു. ഓട്ടുകമ്പനിയിൽ കളിമണ്ണുകൊണ്ടു

പൊന്നുവാർക്കുന്ന വിദ്യയുടെ കണക്കെഴുത്തുമായി കഴിഞ്ഞുകൂടുമ്പോൾ, പഴയ ആഢ്യത്തത്തിന്റെ പിഴച്ച കണക്കുകൂട്ടലുകളെപ്പറ്റി ഓർത്തുകൊണ്ടിരുന്നു. പൊന്നിനെ കളിമണ്ണായിക്കാണാൻ പഠിപ്പിച്ച 'ഉദാത്തസദ്ധർമ്മസംഹിത' തന്നേയും തന്റെ വർഗത്തേയും ഏത് അപവർഗത്തിൽക്കൊണ്ടെത്തിച്ചു? പഴയ സമ്പത്തിന്റെ കാണാവുന്ന കന്മതിലുകൾ തകർന്നുകഴിഞ്ഞിരുന്നു. ആഢ്യത്തത്തിന്റെ കാണാത്ത കന്മതിലുകൾ താൻ തകർക്കേണ്ടിയിരിക്കുന്നു. അതിനു ധൈര്യം നല്കിയത് സനാതന മാതൃസത്തയുടെ സ്നേഹതത്ത്വമായിരുന്നു. സോദരിമാരിലൊന്നിനെ 'കൊടുക്കാൻ' വേണ്ടി 'മാറ്റവേളി'ക്കു നിർബ്ബന്ധിച്ചില്ലെന്നുതന്നെയല്ല മഹന്റെ മനം കവർന്നിരുന്ന കീഴ്ജാതിക്കാരിയെ വേൾക്കാൻ അമ്മ അനുവദിക്കയും ചെയ്തു. അങ്ങനെ 'എണ്ണക്കറുമ്പി'യെ ഇല്ലത്തിന്റെ ഭദ്രദീപികയായി ആനയിച്ചു: "അമ്മയെന്ന പുണ്യത്തിന്റെ കാല്ക്കൽ കുമ്പിട്ടു കയറിവരിക." 'സാവർണ്ണ്യ' ത്തിന്റെ കെട്ടുപൊട്ടിച്ച വിപ്ലവകാരിക്ക് അമ്മ കാട്ടിക്കൊടുത്തത് ദുർമ്മുഖമല്ല. സ്നേഹദീപാരാധനയാണ്. ജന്മപുരാണത്തിലെ 'ജന്മകാണ്ഡം' ഇതാണ്. വർണ്ണാശ്രമധർമ്മങ്ങളുടേയും ഫ്യൂഡൽ വ്യവസ്ഥയുടേയും കുരുക്കുകളഴിച്ച് ധീരനൂതനലോകത്തിന്റെ വിപ്ലവാത്മകനിർമ്മാണരംഗത്തേക്കു പിറന്നുവീഴുന്ന മനുഷ്യന്റെ കഥ; വി.ടി. ഭട്ടതിരിപ്പാടിന്റെ ശൈലിയിൽ, 'നമ്പൂതിരി മനുഷ്യനായിത്തീർന്ന' കഥ, ബ്രാഹ്മണ്യത്തിന്റെ അഹന്തകൾ പിരിച്ചുണ്ടാക്കിയ പൂണൂലിന്റെ കടുംകെട്ടു പൊട്ടിച്ച് നമ്പൂതിരിയെന്ന പുഴു മനുഷ്യനായി ചിത്രവർണ്ണച്ചിറകുകളോടെ പുനർജ്ജന്മം പൂണ്ട കഥ; അയാളുടെ ദ്വിജത്വത്തിന് അങ്ങനെ നൂതനമായ ഒരു സാർത്ഥകതയുണ്ടാവുന്നു.

ഇനിയാണ് കർമ്മകാണ്ഡമാരംഭിക്കുന്നത്. പുലക്കള്ളിയും അന്തർജ്ജനവുമല്ലാത്ത മകളുണ്ടായപ്പോൾ സംസ്കാരസമന്വയത്തിന് ഒരു അഴിയാത്ത സചേതനസ്മാരകം ജനിച്ചു. ഒരു പുതിയ ചരിത്രത്തിന്റെ ഹരിശ്രീയെഴുതേണ്ടുന്ന ഓമനക്കിടാവിനെ മടിയിലിരുത്തി ലാളിക്കുന്ന മുത്തശ്ശിയുടെ സ്നേഹമാധുരി മാനവമഹാരോഗങ്ങൾക്കുള്ള സിദ്ധൗഷധമായി ഈ കാവ്യത്തിൽ സങ്കല്പിക്കപ്പെട്ടിരിക്കുന്നു. പരിവർത്തനങ്ങൾ പലതും സംഭവിച്ചുകഴിഞ്ഞിരുന്നു. സപത്നീത്വത്തിന്റേയും വേളിപ്പിറ്റേന്നുള്ള വൈധവ്യത്തിന്റേയും സ്മാർത്തവിചാരത്തിന്റേയും വ്യഥകളിൽനിന്ന് അന്തർജ്ജനങ്ങൾ പുതപ്പും കുടയും തല്ലിത്തകർത്തു പുറത്തു കടന്നുകഴിഞ്ഞിരുന്നു. എന്നാലും സമകാല യഥാർത്ഥജീവിതത്തിൽ, ഏകപുത്രനു പുലക്കള്ളിയിലുണ്ടായ പുത്രിയെ സ്വന്തമെന്നു മാറോടണയ്ക്കുന്ന ഒരു അന്തർജ്ജനത്തെ കണ്ടുകിട്ടുമായിരുന്നുവോ? അന്യഥാ തിക്തമായ യാഥാർത്ഥ്യത്തെ

സങ്കല്പാമൃതം തളിച്ചു മധുരവും സ്വർഗീയവുമാക്കുന്നു കവി. സ്നേഹത്തിന്റെ സ്വർഗത്തിൽ കട്ടുറുമ്പുകളെ വിഭാവനം ചെയ്യാനദ്ദേഹത്തിന്നിഷ്ടമില്ല. വർണ്ണവൈജാത്യത്തിന്റെ കടുംപിടുത്തങ്ങളാകുന്ന കട്ടുറുമ്പുകളെ സ്നേഹമന്ത്രംകൊണ്ട് അകറ്റാമെന്നദ്ദേഹത്തിന് ഉറപ്പുണ്ട്. ആ ഉറപ്പിന്റെ സത്തയാണ് സ്നേഹരൂപിണിയായ മാതൃചേതന.

വർണ്ണഭേദക്കെടുതികളെ ഒരു 'ഊണുനൂൽ' പൊട്ടിക്കുന്ന അത്രലാഘവത്തോടെ പൊട്ടിച്ചുകളഞ്ഞ് ദേവദത്തൻ ശരിയായ 'തിരുമേനി'യായി. അതിനു വേണ്ട ധാർമ്മികശക്തി പെറ്റമ്മ നല്കയും ചെയ്തു. പക്ഷേ, ആർത്ഥികവർഗവൈജാത്യത്തിന്റെ കെട്ടുകൾ അത്ര എളുപ്പം പൊട്ടിക്കാൻ കഴിയുമോ? അവിടെ, തിക്തയാഥാർത്ഥ്യത്തിൽ സങ്കല്പത്തിന്റെ അമൃതം വർഷിക്കാൻ കവിക്കു കഴിയാതിരിക്കത്തക്കവണ്ണം കഠിനമാണ് വിപരീത ശക്തികളുടെ കൊടിയ വരൾച്ച. ഓട്ടുകമ്പനിയിലേയും നെയ്ത്തുകമ്പനിയിലേയും തൊഴിലാളികളെ മാത്രമല്ല, കശുവണ്ടിത്തൊഴിലാളികളേയും മരക്കമ്പനിത്തൊഴിലാളികളേയും ചകിരിത്തൊഴിലാളികളേയും മറ്റും ദേവദത്തൻ സംഘടിപ്പിച്ചു. അവരുടെ വിപ്ലവബോധത്തെ ഉണർത്തി. അവരെ പ്രത്യയശാസ്ത്രം പഠിപ്പിച്ചു. ധീരനൂതനലോകത്തിലെ കർമ്മമണ്ഡലത്തിലേക്കിറങ്ങാൻ വേണ്ടുന്ന അർഹതയും അവകാശവും സ്വന്തം പുനർജ്ജന്മകാണ്ഡം കൊണ്ടു നേടിയെടുത്തിരുന്ന ദേവദത്തൻ സംശയാത്മാവായിരുന്നില്ല. പക്ഷേ, പുതിയ പടക്കളത്തിൽ ത്യാഗത്തിന്റേയും ശുഭകാമനയുടേയും സംഗരധർമ്മങ്ങൾ വിജയിച്ചില്ല. ഓട്ടുകമ്പനിയിലും തുടർന്ന് നെയ്ത്തുകമ്പനിയിലും മറ്റും സമരം. ലോക്കൗട്ട്. ഒത്തുതീർപ്പു ചർച്ചയ്ക്കൊരുങ്ങിച്ചെന്ന ദേവദത്തനെ മുതലാളിത്തത്തിന്റെ അടഞ്ഞ വായും വാതിലുമാണ് എതിരേറ്റത്. സമരത്തിന്റെ അടുത്ത ഘട്ടം നിരാഹാരം. ദേവദത്തൻ ധർമ്മസംഗരത്തിന്റെ ഉദാത്തഗാംഭീര്യം കൈവിട്ടില്ല. നിരാഹാര സത്യഗ്രഹത്തിലിരുന്ന ദേവദത്തൻ ആശുപത്രിയിലേക്കു നീക്കപ്പെട്ടു. തൊഴിലാളി താല്പര്യങ്ങളെ വഞ്ചിക്കുന്ന ഒത്തുതീർപ്പിനു കൂട്ടുനില്ക്കാൻ സാമദാനനയങ്ങൾ പ്രയോഗിച്ചു പ്രേരിപ്പിച്ച ശത്രുവിനു ദേവദത്തൻ വഴങ്ങിയില്ല. പിന്നത്തെ നയം ദണ്ഡനമായിരുന്നു. അതോടൊപ്പം 'ഭേദ'വും. ഒറ്റക്കെട്ടായി നിന്ന തൊഴിലാളിവർഗ്ഗത്തെ ഭേദനയത്തിലൂടെ പിരിക്കാൻ ശത്രുവിനെ സഹായിച്ചത്, സാമദാനങ്ങൾക്കു വഴങ്ങിയ ചിലരുടെ വിശപ്പുതന്നെയായിരുന്നു. കുറ്റബോധത്തോടെ ആശുപത്രിക്കിടക്കയിൽ തന്റെ കാല്ക്കലിരുന്ന തോഴനെ പുല്കാനും 'നമ്മെ പിരിച്ചത് വിശപ്പാണെ'ന്നു പറഞ്ഞു പൊറുക്കാനും വേണ്ടുന്ന ഉദാരത തന്റെ പഴയ സംസ്കാരത്തിന്റെ ബാക്കിയായി ദേവദത്തൻ ഉള്ളിൽക്കൊണ്ടുനടന്നിരുന്നു. ഏതായാലും വഴങ്ങിയ വിഭാഗത്തിൽ ചേരാത്തവരുടെ പ്രതിനിധിയായി നിരാഹാരം തുടരാൻ ദേവദത്തന്റെ

കുടുംബിനി കൈക്കുഞ്ഞോടുകൂടി മുന്നോട്ടു വന്നു. അമ്മയും അധർമ്മത്തോടുള്ള യുദ്ധത്തിൽ ഒപ്പം നിന്നു. "പ്രശ്നങ്ങളെ ധീരമായി നേരിടാൻ, വേണ്ടിവന്നാൽ മൂന്നാംകണ്ണുംകൂടി (സംഹാരമാർഗം) തുറക്കുക. അധർമ്മക്കാളിയന്റെ പത്തിയൊടിക്കുക" എന്നു ധൈര്യപ്പെടുത്തിയ അമ്മയുടെ 'വഹ്നി പൂക്കുന്ന ആശയം' വളർത്തുന്നത് സ്നേഹത്തിന്റെ കുളുർത്ത തടത്തിൽത്തന്നെയായിരുന്നു. നിരക്ഷരയെങ്കിലും അദ്ധ്വാനതത്ത്വപ്രകാശം ആത്മാവിൽ കൊളുത്തിവച്ചിരുന്ന സഹധർമ്മിണി പതറാതെ നിന്നു. പക്ഷേ, ദേവദത്തന്റെ മർദ്ദിതവർഗമഹത്ത്വകഥനങ്ങൾ ശത്രുക്കളുടെ നോട്ടത്തിൽ വെറും 'പിച്ചും പേയും പറച്ചിലി'ൽ കവിഞ്ഞൊന്നുമായിരുന്നില്ല. തേയിലത്തോട്ടങ്ങളിൽ പുഴുക്കളായി ഇഴയുന്ന മനുഷ്യജീവികൾ, അവിടെ മർദ്ദകവർഗത്തിന്റെ ഭോഗലാലസയുടെ രക്തസാക്ഷികളായിത്തീർന്ന് കൊക്കകളിൽ അസ്ഥിമാത്രം ശേഷിക്കത്തക്കവണ്ണം വലിച്ചെറിയപ്പെടുന്ന കന്യാജീവിതങ്ങൾ, കൂലി ചോദിച്ചതിന് വെടിയുണ്ടയിലുത്തരം നേടിയവർ, മേലാളുകൾക്ക് ഉണ്ണാനുമുടുക്കാനും വേണ്ടി പാടത്തും യന്ത്രശാലകളിലും ഒടുങ്ങിയ യുവചൈതന്യങ്ങൾ—ഇവരെയൊക്കെ അന്യോന്യം അടിപ്പിച്ചും ഭിന്നിപ്പിച്ചും സുഖിക്കുന്ന വർഗത്തിന്റെ കാപട്യങ്ങളെപ്പറ്റി ദേവദത്തൻ പ്രസംഗിച്ചു. അദ്ദേഹം അവരുടെ അനിഷേധ്യനേതാവായി. അദ്ധ്വാനിക്കുന്ന വർഗം സാംസനെപ്പോലെയാണെന്നും മുണ്ഡനം ചെയ്താലും അവരുടെ മുടി വീണ്ടും വളരുമെന്നും അവരുടെ കണ്ണു ചൂഴ്ന്നെടുത്താലും മേലാളരുടെ പ്രതാപക്കോട്ടകളുടെ നെടുന്തൂണ് അവർ പുഴക്കിയിടുന്ന 'വിധിനിർണ്ണായകദിനം' വരുമെന്നും ദേവദത്തൻ പ്രഖ്യാപിച്ചു. ഇന്ത്യയ്ക്കു ലഭിച്ചത് ശരിയായ സ്വാതന്ത്ര്യമല്ലെന്നും സാമ്പത്തിക സ്വാതന്ത്ര്യത്തോടുകൂടാത്ത രാഷ്ട്രീയമോചനം, ഉന്നതവർഗത്തിന്റെ സ്വർണ്ണക്കൂട്ടിൽ സ്വാതന്ത്ര്യപ്പിറാവിനെ അടച്ചിടുകയാണു ചെയ്തതെന്നും അയാൾ ഉദ്ബോധിപ്പിച്ചു. ഇല്ലം തകർന്നതിൽ (ഇല്ലമില്ലായ്മയായതിൽ), അയാൾ ദുഃഖിക്കുന്നില്ല. ഫ്യൂഡലിസ്റ്റ് വ്യവസ്ഥിതിയുടെ തകർച്ച അനിവാര്യമായിരുന്നു. പക്ഷേ, ജന്മിത്തം യഥാർത്ഥത്തിൽ നശിച്ചുവോ? സമൃദ്ധികൾ അദ്ധ്വാനിക്കുന്ന ജനവർഗത്തിന്റെ കൈകളിലേക്കൊഴുകിയെത്തിയോ? ഇല്ല. ജന്മിത്തമെന്ന ചീത്തപ്പേരില്ലാത്ത ഒരു ഉപരിവർഗ്ഗത്തിന്റെ ജടയിൽ ആ ഭാഗീരഥിയെ തടഞ്ഞുനിർത്തിയിരിക്കുന്നു—ദേവദത്തന്റെ ഈദൃശ പ്രസംഗധോരണി കുത്തനെ ഒലിച്ചുപോയി. മോചനത്തിന് നാമ്പു കിളിർത്തില്ല. എങ്കിലും അയാൾ ആശിച്ചു. മണൽക്കാടാണെങ്കിൽപ്പോലും കണ്ണീരാൽ കുതിരുമ്പോൾ ഒരു പൂച്ചെടി ഉണ്ടായെന്നുവരാം. അങ്ങനെ സ്വന്തം വിശ്വാസത്തിന്നനുഗുണമായ തത്ത്വശാസ്ത്രം പ്രചരിപ്പിച്ചുകൊണ്ട് അയാൾ പ്രവർത്തിച്ചു. നിയമം വേട്ടയാടുന്ന കാലത്ത്

ഒളിവിൽ പോയപ്പോൾ 'ചാളയിരുട്ടുകൾ' കണ്ണിലെ കൃഷ്ണമണി പോലെ അയാളെ കാത്തു—അവരെ അയാൾ ഒരിക്കലും തള്ളിക്കള ഞ്ഞില്ല. മർദ്ദകവർഗത്തോട് അനുരഞ്ജനനയം കൈക്കൊണ്ട് അവരെ വഞ്ചിക്കാനദ്ദേഹം മുതിർന്നില്ല. എന്നാൽ അവരുടെ നേതാവു ചമ ഞ്ഞവരിൽ ചിലർ ഒരു 'തോട്ടിത്തുമ്പിൽ ഗജേന്ദ്രനെ'പ്പോലെ ഒതുങ്ങി. അതിനു യുക്തിയുമുണ്ടായി. "വിപ്ലവത്തിന്റെ തീപ്പൊരി തോക്കിൻ കുഴലിലല്ല, മനസ്സിന്റെ കണ്ണിലാണ്." ആശയസമരം മതി. അതും മെല്ലെപ്പോക്കു സമരം മതി എന്നു ധ്വനി. ഇത്തരം അനുരഞ്ജനക്കാരെ വിട്ട് ദേവദത്തൻ രണാങ്കണത്തിലിറങ്ങി—നേതാവായി ജാഥ നയിച്ചു. അധികാരികൾ അടിച്ചമർത്തലിനൊരുങ്ങി. സ്ഫോടനം അനിവാര്യ മായി. ജാഥ തടയൽ, കണ്ണീർവാതക പ്രയോഗം, ആകാശത്തേക്കു വെടി. പിന്നെ വെടിവയ്പ്. ദേവദത്തൻ തടവിലായിക്കഴിഞ്ഞിരുന്നു. ഇരുമ്പഴിക്കുള്ളിൽവച്ചാണറിഞ്ഞത് വെടിവയ്പിൽ മുറിവേറ്റ സഹ ധർമ്മിണി മരിച്ചുപോയെന്ന്. തടവിൽവച്ചു ദേവദത്തന്നൊരു തോഴ നുണ്ടായി. കൊലക്കുറ്റത്തിനു വധശിക്ഷയ്ക്കു വിധിക്കപ്പെട്ടവൻ. രാത്രി അവൻ ഞാറ്റുപാടത്തു കാട്ടാനച്ചെത്തം കാതോർത്തു കാവ ലിരിക്കെ മാടത്തിൽ അവന്റെ പെണ്ണിനെ ഒരു മനുഷ്യക്കാട്ടാന മാന ഭംഗപ്പെടുത്തി. ആ മൃഗത്തിന്റെ കഥ അവൻ കഴിച്ചു. അങ്ങനെ കൊല ക്കയർ കാത്തു തടവിൽക്കഴിയുന്ന അവൻ തടവുചാടാൻ പ്രേരിപ്പിച്ചു. രണ്ടുപേരും കൂടി രക്ഷപ്പെട്ടു—പിന്നെ അജ്ഞാതവാസം. കടലിനോടു പൊരുതി കാലയാപനം ചെയ്യുന്ന ധീരധീവരരുടെ സാഹസിക ജീവിത ത്തോടൊട്ടിപ്പിടിച്ച അജ്ഞാതവാസം. ഏറെക്കാലത്തിനുശേഷമാണ് ഇല്ലത്തെ പടി കയറിയത്—മകൾ വളർന്നുകഴിഞ്ഞു. അവൾ കൊയ്യുന്നു. നെയ്യുന്നു. കൂട്ടുകാരെ പഠിപ്പിക്കുന്നു. ചോര വേർപ്പാക്കി പണിയെ ടുത്തു മുത്തിയമ്മയെ പോറ്റുന്നു. അവൾ ഒരു പടവാളായി വളർന്നി രിക്കുന്നു. അച്ഛൻ അഭിമാനം പൂണ്ടു.

തെരഞ്ഞെടുപ്പു വന്നു. അഞ്ചോ പത്തോ പ്രതിഫലം പറ്റി 'ആത്മാർത്ഥമായി' വോട്ടുചെയ്യുന്നവരുടെ 'ജനായത്ത'ഭരണം. എല്ലാ വരും വിപ്ലവം പ്രസംഗിക്കുന്നു. വാഗ്ദാനവിപ്ലവം. ദേവദത്തൻ മത്സ രിക്കുന്നില്ലേ? ചോദ്യമുയർന്നു. തിരഞ്ഞെടുപ്പിനു മത്സരിക്കാതിരിക്കാൻ പ്രലോഭനങ്ങൾ വന്നു. പിന്മാറുകയാണെങ്കിൽ കനത്ത പ്രതിഫലം —അപ്പോൾ പഴയ അഗ്നി ജ്വലിച്ചു. മർദ്ദിതവർഗത്തിന്റെ പ്രതിനിധി യായി മത്സരിച്ചു. മകൾ പ്രചരണത്തിലേർപ്പെട്ടു. മർദ്ദിതരും അധഃ കൃതരും പിന്നിലണിനിരന്നു. അങ്ങനെ പതിനെട്ടുപടിയും കയറി ദേവ ദത്തനും അധികാരത്തിന്റെ പൊന്നമ്പലമുറ്റത്തെത്തി. പക്ഷേ, ജുഗു പ്സാവഹമായിരുന്നു അവിടെക്കണ്ട വടംവലികൾ. മന്ത്രിക്കസേര യ്ക്കുവേണ്ടിയുള്ള കടിപിടികൾ. അതിൽ കയറിയാൽ കിട്ടുന്ന സർവ്വ

ജ്ഞത്വം; അധികാരവും പദവിയും നിലനിറുത്താൻവേണ്ടി ഗുണ്ടാപ്പിശാചുസംഘത്തെ ഏർപ്പെടുത്തൽ; കോൺട്രാക്ട് ഭരണത്തിന്റെ മറിമായങ്ങൾ; മതേതരത്വമെന്ന വർഗീയത; കത്തിരാഷ്ട്രീയം; പ്രചാരണമഹാമഹം; ജനരക്ഷകവേഷം—ഇതെല്ലാം നേരിൽക്കണ്ട ദേവദത്തൻ തന്റെ ആദർശങ്ങളുടെ നിരാലംബത കണ്ടു തളർന്നു. അവയെ ചാമ്പലാക്കാതിരിക്കണമെങ്കിൽ തന്നെത്തന്നെ ഹോമിക്കണമെന്നറിഞ്ഞു. കരാളമായ ഈ അവസ്ഥാവിശേഷത്തോട് ഒറ്റയ്ക്കു പൊരുതുക എന്നതിന് ഹോമിക്കപ്പെടുക എന്നാണർത്ഥം. ദേവദത്തന്റെ ഈ ഒറ്റപ്പെടലാണ് അയാളുടെ പരാജയത്തെ ഇരുപതാം നൂറ്റാണ്ടിന്റെ ഇതിഹാസത്തിലെ നായകന്റേതിൽനിന്നു വ്യത്യസ്തമാക്കുന്നത്. ആദ്യൻ ഒരു പ്രസ്ഥാനനേതാവാണെങ്കിലും പ്രസ്ഥാനത്തിന്റെ മറ്റു വക്താക്കളാൽ പരിത്യക്തനല്ല. തന്റെ കണക്കുകൂട്ടൽ തെറ്റിയെന്നും മർദ്ദിതജനതയ്ക്കു മോചനം നേടിക്കൊടുക്കാൻ തനിക്കു കഴിഞ്ഞില്ലെന്നും അതിനു പകരം ആ പാവങ്ങളെ താൻ കുരുതി കൊടുത്തുപോയി എന്നുമാണല്ലോ അയാളുടെ വ്യഥ—“അധികാരം ദുഷിപ്പിക്കുന്നു. പരമാധികാരം പരമമായി ദുഷിപ്പിക്കുന്നു” എന്ന തിക്ത സത്യത്തെക്കുറിച്ചൊന്നും അയാൾക്കു വ്യഥിതനാകേണ്ടിവന്നിട്ടില്ല. ഇവിടെ അതല്ല സ്ഥിതി. ദേവദത്തന് താനൊരു അന്തിമസമരം സംഘടിപ്പിച്ചതിൽ യോദ്ധാക്കളെല്ലാം ആഹുതിചെയ്യപ്പെട്ടു എന്ന വ്യഥയില്ല. വോട്ടുപെട്ടിയിലൂടെ വിപ്ലവം എന്നു വിശ്വസിച്ചപ്പോൾ ആഹുതി പ്രശ്നം ഉത്ഭവിക്കുന്നില്ലല്ലോ. വോട്ടുചെയ്തവരുടെ പ്രത്യാശകൾ സഫലമാക്കേണ്ടവർ അതിനു തുനിയാതെ ശത്രുപാളയത്തിൽ വിരുന്നുണ്ണുന്നതു കണ്ടു മടുത്തു പിന്തിരിഞ്ഞവന്റെ ഒറ്റപ്പെടലാണ് ദേവദത്തന്റെ വ്യഥ, കർമ്മകാണ്ഡത്തിന്റെ അഗ്നികുണ്ഡം.

മാത്രമല്ല, മറ്റൊരു ഭയാനകമായ അറിവ് ദേവദത്തനെ കാത്തിരിക്കുന്നു (ബ്രഹ്മകാണ്ഡം). വിപ്ലവപ്രസ്ഥാനത്തിന്റെ ചില വക്താക്കൾ വിപ്ലവവഞ്ചകരായി മാറിയെന്നു വിശ്വസിച്ച ഒരു വിഭാഗം സാഹസികർ സംഹാരത്തിന്റെ മാർഗ്ഗത്തിലേക്കു തിരിഞ്ഞിരുന്നു. അധികാരത്തിന്റെ പ്രതീകമായ പോലീസുകാരെ വധിക്കുക; പോലീസ് സ്റ്റേഷൻ കൈയേറുക; ഒളിപ്പോരാളികളാവുക—ഇത്യാദി സാഹസിക സമര പരിപാടികൾ ഉള്ള ഒരു അതിവിപ്ലവ സംഘടന രൂപം പൂണ്ടിരുന്നു. ഇല്ലത്തു വന്നപ്പോൾ ദേവദത്തൻ അറിയുന്നത് തന്റെ മകൾ അതിലൊരംഗമായിരുന്നെന്നാണ്. അമ്മ ഘനീഭവിച്ച മൗനമായി, ദുഃഖത്തിന്റെ പാറയായി ഉറച്ചുപോയിരിക്കുന്നു. ശ്രീലകത്തെ ദേവീവിഗ്രഹം ഇളക്കിയെടുത്തു വിറ്റു തോക്കു വാങ്ങി അവിടെ സൂക്ഷിച്ചിരിക്കയാണ് മകൾ. അവൾ തന്റെ പ്രതിജ്ഞ രക്തത്തിൽ മുക്കിയ കൈ പതിപ്പിച്ച മുദ്രയിൽ രേഖപ്പെടുത്തിയിട്ടുണ്ട്. തന്റെ അമ്മയെ

ക്കൊന്ന പോലീസുകാരിലൊരുവനെക്കൊല്ലാൻ ആ തോക്ക് അവൾക്കുതകി. ദേവദത്തൻ നടുങ്ങി. ഇതാണു ശരിയായ വിപ്ലവ മാർഗമെന്ന് അയാൾക്കു വിശ്വാസമില്ല. ചോരക്കൊതി തുടരും. കൊല്ല പ്പെട്ടവന്റെ മക്കൾ പകരം വീട്ടും. ചോരയ്ക്കു ചോര. ചങ്ങലക്കണ്ണി കൾ കൊരുക്കുംപോലെ കൊലകൾ തുടർച്ചയായി കൊരുക്കലാണോ വിപ്ലവം? തന്റെ മകളുടെ വിശ്വാസം പിഴച്ചിരിക്കുന്നു. സ്വന്തം പ്രത്യയം പരാജയപ്പെടുകയും ചെയ്തിരിക്കുന്നു. ഈ പുതിയ ധീരസാഹസി കത വന്ധ്യമാണെങ്കിലും തന്റെ സഹയാത്രികർ അതിനെ വെറുതേ വിടാതെ അടിച്ചമർത്താൻ തുനിഞ്ഞിരിക്കുന്നു. തെറ്റിപ്പിരിഞ്ഞുപോന്ന തന്നെ അനുനയിപ്പിക്കാൻ കൊടിപാറുന്ന കാറുകൾ എത്തുന്നത് ദേവ ദത്തൻ കണ്ടു. ആ സന്ദർഭം എത്തിപ്പിടിച്ചാൽ, അധികാരവും മന്ത്രി പദവും കിട്ടിയാൽ, അപ്പോഴേക്കു തുറുങ്കിലടക്കപ്പെട്ടുകഴിഞ്ഞിരുന്ന മകളെ രക്ഷിക്കാം. ആ പുതുപ്രസ്ഥാനത്തിൽപ്പെട്ടവർ അവിടവിടെ കൈബോംബുകളെറിഞ്ഞു മൂഢവിപ്ലവം അരങ്ങേറുന്നു. കൈയും മുഖവും കരിയുന്നു. നീതിപാലകരിൽ ചിലർ നെഞ്ചുപിളർന്നു വീഴുന്നു. വിപ്ലവകാരികൾ പെട്രോൾച്ചിതയിൽ തങ്ങളെത്തന്നെ ഹോമി ക്കുന്നതോടെ നീതിപാലകരിൽ ചിലരേയും ദഹിപ്പിക്കുന്നു. അധികാരി വർഗ്ഗത്തിന്റെ ആ മർദ്ദനയന്ത്രങ്ങൾ, ചെയ്ത പാപങ്ങളെക്കുറിച്ച് അന്ത്യനിമിഷങ്ങളിൽ ഓർത്തിരിക്കാം. എന്നാൽ അത്തരം പാപ പ്രായശ്ചിത്തങ്ങളിലൂടെ വിപ്ലവം സംഭവിക്കുമോ?

സുതയ്ക്കുവേണ്ടിയായാലും പ്രത്യയമാർഗ്ഗഭ്രംശത്തിന്റെ സൂത നാവാൻ ദേവദത്തൻ ഒരുങ്ങുന്നില്ല. തന്നിലേക്കുതന്നെ ഉൾവലിയുന്ന കൂർമ്മധർമ്മം ഭീരുതയാണെന്നും അകർമ്മണ്യത അകാലമൃത്യുവാ ണെന്നും അയാൾ അറിയായ്കയില്ല. പക്ഷേ, നാറാണത്തുഭ്രാന്തന്റെ പൊട്ടിച്ചിരി ഉള്ളിൽ മുഴങ്ങുന്നു. ധർമ്മഭാരത്തെ ഉരുട്ടിക്കൊണ്ടുപോയി അധർമ്മത്തിന്റെ ഉച്ചിയിൽ പ്രതിഷ്ഠിക്കാനോ? ഇടങ്കാലിലെ മന്ത് വല ങ്കാലിലേക്കാക്കാനേ ഭദ്രകാളിക്കുപോലും കഴിയൂ എന്നോ? മന്ത് മാറ്റാനാവില്ലെന്നോ? മാനവമഹാരോഗപ്പുണ്ണിന് മണ്ണല്ലാതെ മറ്റൊരു ഔഷധമില്ലെന്നോ? എങ്ങും ചോർന്നൊലിക്കുന്ന ഈ എടുപ്പ് അടി ച്ചുടച്ചു വാർക്കുകതന്നെ വേണം; ഓട്ടയടയ്ക്കുക സാദ്ധ്യമല്ല. ഈ ധർമ്മവ്യസനത്തിന്റെ അഗ്നിപർവ്വതമായി ദേവദത്തൻ പുകയുന്നു.

ആ ഘട്ടത്തിലാണ് ഒരു ചോരക്കുഞ്ഞിനെയും കൈയിലേന്തി മകൾ വന്നുകയറുന്നത്. അവളെ ജയിലിൽനിന്നു വിട്ടിരിക്കുന്നു. അവിവാഹിതയായ മകളുടെ കുഞ്ഞിനെ ദേവദത്തൻ ഏറ്റുവാങ്ങുന്നു. ആ കുഞ്ഞിനായി ഒരു പുത്തൻ പുലരി ഉദിക്കുമോ? ഉദിക്കുമെന്ന് അയാൾ ആശിക്കുന്നു. ജീവിതത്തിന്റെ നിത്യസത്തയായ ഈ പുത്തൻ നാമ്പിനെ താൻ ആദിത്യമണ്ഡലത്തോളം ഉയർത്തും...

അധികാരക്കനിയുണ്ട വിപ്ലവപ്രസ്ഥാനങ്ങളുടെ പതനങ്ങളും പാളിച്ചകളും കണ്ടു മടുത്തു പുതിയ വിപ്ലവബോധത്തിന്റെ തീപ്പന്ത മേന്തിയ തലമുറ അഗ്നികുണ്ഡത്തിൽ സ്വയം ഹോമിക്കുകയെന്നതിൽ ക്കവിഞ്ഞൊന്നും നേടാനാവാത്ത അവസ്ഥയിലെത്തിനില്ക്കുന്നതിന്റെ ചിത്രമാണ് രമേശൻ നായർ വരച്ചിരിക്കുന്നത്. അതുകൊണ്ട്, 'ഇരുപതാം നൂറ്റാണ്ടിന്റെ ഇതിഹാസ'ത്തിനു ശേഷമുള്ള കാലഘട്ടത്തിന്റെ ഇതിഹാസമാണത്. അന്ന് വിപ്ലവ നേതാവിനെക്കൊണ്ടു കവി പശ്ചാത്തപിപ്പിക്കുന്നു; കുമ്പസാരിപ്പിക്കുന്നു. ഇന്നു പശ്ചാത്തപിപ്പിക്കാനും പ്രായശ്ചിത്തം ചെയ്യാനും പ്രേരിപ്പിക്കുന്ന തെറ്റൊന്നും ചെയ്തിട്ടില്ലാത്ത നേതാവ് തന്റെയും തന്റെ മകളുടെയും പരാജയത്തിൽ വ്യഥിതനാകുന്നു. നക്സലിസം പരാജയപ്പെടാൻ വിധിക്കപ്പെട്ടിട്ടുള്ള മൂഢോദ്യമമാണെന്നും കുടിപ്പകയുടെ രൂപഭേദമാണെന്നും വിശ്വസിക്കുമ്പോൾത്തന്നെ, മെച്ചപ്പെട്ട, സുനിശ്ചിത വിജയമായ, ഒരു പ്രത്യയശാസ്ത്രം തന്റെ പക്കലുണ്ടോ എന്ന ആത്മപരിശോധനയിൽനിന്ന് ഒഴിഞ്ഞുമാറുക സാദ്ധ്യമല്ലാത്തതിന്റെ ധർമ്മസങ്കടം ചെറുതല്ല. അതിവിപ്ലവത്തിന്റെ വക്താക്കൾ പരാജയം സമ്മതിക്കുന്നതായി ഈ കാവ്യത്തിൽ സങ്കല്പിച്ചിട്ടില്ല. അവർ പരാജയപ്പെടുന്നുവെന്നും പരാജയം അനിവാര്യമാണെന്നും വിധിക്കുന്ന ദ്രഷ്ടാവിന്റെ സഹാനുഭൂതിയോടുകൂടിയ പ്രസ്താവനയാണിതിലുള്ളത്. 'ഇതിഹാസ'ത്തിലെ കഥാനായകനെയും അയാളെ സൃഷ്ടിച്ചതിന്റെ പേരിൽ കവിയേയും പ്രതിക്കൂട്ടിൽ നിറുത്തിയ പ്രസ്ഥാനവക്താക്കളെപ്പോലെ 'ജന്മപുരാണ'ത്തിലെ നായകൻ അതിവിപ്ലവമാർഗ്ഗം പരാജയപ്പെടാൻ വിധിക്കപ്പെട്ടിരിക്കുന്നുവെന്നു ചിന്തിക്കുന്നതിൻപേരിൽ അയാളുടെ സ്രഷ്ടാവായ കവിയെ അതിവിപ്ലവമാർഗ്ഗ വക്താക്കൾ പ്രതിക്കൂട്ടിൽ നിറുത്തിയേക്കാം. മാത്രമല്ല, അധികാരം ലഭിച്ചതോടെ വിപ്ലവത്തെ, സൗകര്യംപോലെ നീട്ടിവച്ചതായി ചിത്രീകരിച്ചതിൻപേരിൽ പഴയ പ്രസ്ഥാന വക്താക്കളും അദ്ദേഹത്തെ പ്രതിക്കൂട്ടിൽ നിറുത്തിയെന്നു വരാം.

എന്നാൽ, കവികൾ കാലാഴിമഥനത്തിൽ കാകോളസത്യം ഭുജിക്കാൻ വിധിക്കപ്പെട്ടവരാണ്. ഈ രണ്ടു കവികളും അതാതു കാലഘട്ടത്തോടു ബന്ധപ്പെട്ടു ജ്വലിക്കുന്ന സമസ്യകളാണ് അക്ഷരത്തിൽ കൊളുത്തിവച്ചിരിക്കുന്നത്. സ്വന്തം കൈ പൊള്ളുമോ എന്ന ചിന്ത അവരെ പിന്തിരിപ്പിച്ചിട്ടില്ല. മറ്റൊരു സാദൃശ്യം, രണ്ടുപേർക്കും ശുഭാപ്തിവിശ്വാസത്തിന്റെ ദീപ്തി കെടാതെ സൂക്ഷിക്കാൻ കഴിഞ്ഞിട്ടുണ്ടെന്നതാണ് —സ്നേഹതത്ത്വത്തിന്റെ ബലത്തിൽ അവർ വിശ്വസിക്കുന്നു.

കലാകൗമുദി വാരിക, ജൂലായ് 1983

■

ജന്മപുരാണത്തിലെ കല്പനാവൈചിത്ര്യങ്ങൾ

ഡോ. എം. ലീലാവതി

ജന്മിത്തത്തിന്റെ സമ്പൽപ്രൗഢിയിലും വേദാധികാരമുള്ള ബ്രാഹ്മണ്യത്തിന്റെ ഉച്ചവർണ്ണപ്രൗഢിയിലും പിറന്നുവീണ ദേവദത്തൻ ജന്മിത്തത്തിന്റെ തകർച്ചയിലൂടെയും നൂതന വിദ്യാഭ്യാസത്തിലൂടെയും വളർന്ന് പൂണുനൂൽ പൊട്ടിച്ചെറിയുകയും പുലയപ്പെൺകിടാവിനെ വേൾക്കുകയും ചെയ്ത വിപ്ലവകാരിയായി, മാർക്സിസം പഠിച്ചു വിപ്ലവപ്രവർത്തനങ്ങളുടെ നേതാവായി; മർദ്ദിതവർഗത്തിന്റെ അനിഷേധ്യവക്താവായി; പണിമുടക്കങ്ങൾ നയിച്ച ധീരയോദ്ധാവായി; പ്രലോഭനങ്ങൾ വെച്ചുനീട്ടിയപ്പോഴും മർദ്ദനത്തിനും പീഡനത്തിനും വിധേയനായപ്പോഴും വർഗവഞ്ചന ചെയ്യാതെ ഉറച്ചുനിന്ന മർദ്ദിതബന്ധുവായി; തെരഞ്ഞെടുപ്പിനു നിന്നു ജയിച്ചു ജനപ്രതിനിധിയായി ഉയർന്നപ്പോഴും അഴിമതിക്കും ജനവഞ്ചനയ്ക്കും കൂട്ടുനില്ക്കാതെ അധികാരികളോടു പിണങ്ങിപ്പിരിഞ്ഞ വിമതവിപ്ലവകാരിയായി; അപ്പോഴേക്കും വളർന്നുവന്ന അതിസാഹസിക വിപ്ലവകാരികളുടെ കുടിപ്പക പോക്കുന്ന പ്രവർത്തന ശൈലി കണ്ട് അമ്പരന്നു തളരുകയും പിഴയ്ക്കാത്ത മറ്റൊരു പ്രവർത്തനമാർഗം നിർദ്ദേശിക്കാൻ അശക്തനായിത്തീരുകയും ചെയ്ത ഭഗ്നവ്യാമോഹനായി; എങ്കിലും ഒരു പുതിയ അഗ്നി ജ്വലിപ്പിക്കാനുള്ള തീവ്രോൽക്കണ്ഠയാൽ ഉദ്ദീപ്താത്മാവായി; മൂന്നാം തലമുറയ്ക്കായി അതു ജ്വലിപ്പിക്കുമെന്ന പ്രതീക്ഷയുടെ തിരികൊളുത്തിയ മുത്തച്ഛനായി—ഈ കഥ ബൃഹത്തായ ഒരു നോവലിലൂടെ ആവിഷ്കരിക്കാം. ഒരു ചെറിയ ഖണ്ഡകാവ്യത്തിലൂടെയും ആവാം. എന്തായിരിക്കും രണ്ടും തമ്മിലുള്ള വ്യത്യാസം? നോവലാണെങ്കിൽ ആർക്കും സുപ്രാപമായ ശൈലിയിൽ തീവ്ര വൈകാരികസംഘർഷങ്ങൾക്കു വേണ്ടുവോളം സന്ദർഭങ്ങൾ നല്കിക്കൊണ്ട്, കാലഘട്ടത്തിന്റെ ഇതിഹാസത്തിന്നുണ്ടാവേണ്ട

ഗൗരവം ചോർന്നുപോകാതെ, സംഭവങ്ങൾ പ്രതിപാദിക്കാം. ഒരു ഖണ്ഡകാവ്യത്തിലോ? ഉക്തിവൈചിത്ര്യങ്ങളും ആവരണങ്ങളും പരിമിതപ്പെടുത്തിയുള്ള കഥാഖ്യാനം ആയിരുന്നു ഇതിഹാസങ്ങളുടെ ശൈലി. അവ അന്നത്തെ നോവലുകൾതന്നെ. അച്ചടിയില്ലാതിരുന്ന അക്കാലത്ത് ഛന്ദോബദ്ധത്തിന്റെ പ്രധാന ലക്ഷ്യം പഠിച്ചു ഹൃദിസ്ഥമാക്കാനുള്ള സൗകര്യമായിരുന്നിരിക്കണം. ഛന്ദസ്സുകൊണ്ടുണ്ടാവുന്ന താളലയാദികളുടെ ചേതോഹരത ചെറുതല്ല. ഇന്നത്തെ കവിതയിൽ ഛന്ദോബദ്ധത്തോടുകൂടിയ കഥാഖ്യാനം മാത്രമുണ്ടായാൽ പോരാ എന്നു വന്നിരിക്കയാണ്. കഥാഖ്യാനം മാത്രമേ വേണ്ടൂ എങ്കിൽ കഥാരൂപംതന്നെ മതിയല്ലോ. കവിതയാകണമെങ്കിൽ കവിതയുടേതു മാത്രമായ ധ്വനിസൗഭഗം വേണം എന്ന കാര്യത്തിൽ ഇന്ന് കവിക്കും അനുവാചകനും ഒരുപോലെ നിർബ്ബന്ധമുണ്ട്. അങ്ങനെ ഓരോ കവിയും ധ്വനനമാർഗ്ഗത്തിൽ തന്റേതായ പരീക്ഷണങ്ങളിലേർപ്പെടുന്നു. പണ്ടത്തെ അലങ്കാരങ്ങളൊക്കെ പഴഞ്ചനായി. പഴയ ഉപമയും ഉൽപ്രേക്ഷയുമൊക്കെ വൈചിത്ര്യമില്ലാതെ ആവർത്തിച്ചാൽ 'അലങ്കാരഭാരം' എന്ന പരിഹാസം മാത്രമാവും ആസ്വാദകന്റെ പ്രതികരണം. അതിനാൽ ധ്വനനമാർഗത്തിലൂടെ കവിതയെ അധികമധികം കുറുക്കി സാന്ദ്രമാക്കാനാണ് കവികളുടെ ശ്രമം. ഇമേജുകളും കല്പനാവൈചിത്ര്യങ്ങളും അഭൂതപൂർവ്വതയോടെ ഉപാദാനങ്ങളാക്കുന്നതിനെക്കുറിച്ചുള്ള തീവ്രോൽക്കണ്ഠ ചില കവികൾക്ക് ഒരു 'ഒബ്സെഷൻ' തന്നെ ആയിത്തീരുന്നുണ്ട്. കവിതയെ കവിതയാക്കുന്നത് ഇതിവൃത്തമോ ദർശനമോ മാത്രമല്ലെന്നവർക്കറിയാം. കവിക്ക് സ്വീയമായ ഒരു ദർശനം വേണം. പക്ഷേ, അതു മാത്രമുണ്ടായതുകൊണ്ടായില്ല. തന്റെ ദർശനവും അതോടനുബദ്ധമായ വൈകാരികസത്തയും പ്രതിഷ്ഠിക്കാൻ ഉചിതമായ ഒരു വസ്തുമാധ്യമം കണ്ടെത്തണം. അതു കണ്ടെത്തിയാലും മുഴുവനായില്ല. ആ ദർശനവും വൈകാരികസത്തയും വസ്തുമാധ്യമത്തിലൂടെ അനുവാചകമനസ്സിൽ ചിരഞ്ജീവിത്വം നേടണമെങ്കിൽ ഓരോ വികാരവിചാരമിശ്രവും ഓരോ തിളങ്ങുന്ന ചൈതന്യമായി രൂപപ്പെടണം. വാക്കുകൾ ഭാവവൈദ്യുതിപ്രവാഹത്താൽ സജീവശലാകകളായിത്തീരണം. ചത്ത കമ്പികളായിക്കിടന്നാൽ പോരാ, വാക്കുകളിൽ വൈദ്യുതിയെ ആധാനം ചെയ്യുന്നതെങ്ങനെ? അതിന് നിയതമായ ഒരു ഫോർമുലയില്ല. ഓരോ കവിയും സ്വന്തമായ ചില 'യോഗ'ങ്ങൾ കണ്ടെത്താൻ ശ്രമിക്കുന്നു. അതിന്നുവേണ്ടി പാടുപെട്ടു പരീക്ഷണങ്ങൾ നടത്തുന്നു. കുറച്ചുപേർക്കുമാത്രമേ പുതിയ, സ്വന്തമായ, വഴി വെട്ടിത്തീർക്കാൻ കഴിയാറുള്ളൂ.

'ജന്മപുരാണ'ത്തിലെ ധ്വനനശൈലി അനുവാചകപക്ഷത്തുനിന്നു വളരെയധികം ബുദ്ധിവ്യായാമം ആവശ്യപ്പെടുന്നുണ്ട്. പണ്ടത്തെ കവികൾ മാത്രമല്ല ഇപ്പോഴത്തെ കവികളും 'ഗ്രന്ഥഗ്രന്ഥിരിഹ ക്വചിൽ ക്വചിദപി ന്യാസി പ്രയത്നാന്മയാ' എന്ന് പ്രഖ്യാപിക്കാൻ മടിക്കാറില്ല. അന്ന് നാനാർത്ഥങ്ങളെക്കൊണ്ടും പര്യായങ്ങളെക്കൊണ്ടും വക്രവചസ്സുകളെക്കൊണ്ടുമായിരുന്നു കളി. പദപാണ്ഡിത്യവും കാവ്യാനുശീലനാഭ്യാസാദികളും ലോകശാസ്ത്രാദി പരിചയവുംകൊണ്ട് ഒരുവിധമൊക്കെ മനസ്സിലാവും—സഹൃദയത്വം ഉണ്ടെങ്കിലേ ആസ്വാദനം പൂർണ്ണമാവൂ എന്നിരുന്നാലും, ഇന്ന് പദപാണ്ഡിത്യവും നിഘണ്ടുവിന്റെ സഹായവുംകൊണ്ട് എവിടേയും എത്തുകയില്ല. ആശയചിത്രത്തിന്റെ പല ഭാഗങ്ങൾ പല സ്ഥലത്തായി ചിതറിക്കിടക്കുകയായിരിക്കും. അവയെല്ലാം യഥാസ്ഥാനം വിനിവേശിപ്പിച്ചു യോജിപ്പിച്ച് പൂർണ്ണചിത്രമാക്കേണ്ട പ്രയത്നം അനുവാചകനു വിട്ടിരിക്കയാണ്. ചിലപ്പോൾ ചില അവയവങ്ങൾ അനുവാചകൻ സ്വഭാവനകൊണ്ടു പുനഃസൃഷ്ടിക്കേണ്ടതായും വരും. ഈ കൃതി ഇത്രയും പ്രയത്നമാവശ്യപ്പെടുന്നതുകൊണ്ട് പലരും ദുർഗ്രഹമെന്നു മുദ്രകുത്തി പിൻവാങ്ങാനിടയുണ്ട്. പിടിച്ചടക്കിയേ ഇരിക്കൂ എന്ന വാശിയും വീറും ഉത്സാഹവും ഉള്ളവർക്കു മാത്രം വഴങ്ങുന്ന കവിതയാണിത്. ജന്മകാണ്ഡം, കർമ്മകാണ്ഡം, ബ്രഹ്മകാണ്ഡം എന്ന മൂന്നു ഖണ്ഡങ്ങളിലായി ഇരുപത്തൊന്നു ഖണ്ഡികകളിലൂടെയാണ് ഈ ഇതിഹാസം ഉരുത്തിരിയുന്നത്. ജന്മിയും നമ്പൂതിരിയുമായിപ്പിറന്നവൻ മനുഷ്യനായി പുനർജ്ജന്മം കൊള്ളുന്നതാണ് ജന്മകാണ്ഡം. പിന്നീടു മനുഷ്യോചിതമായ കർമ്മങ്ങളിൽ മുഴുകുന്നു. അതു കർമ്മകാണ്ഡം. പൂർണ്ണത സാക്ഷാത്കരിക്കാനുള്ള തൃഷ്ണയാണ് കർമ്മകാണ്ഡത്തിലെ പ്രേരണ. എന്നാൽ ഒടുവിൽ പഴയ ബ്രഹ്മദർശനത്തിന്റെ മുമ്പിൽത്തന്നെ എത്തിപ്പെടുന്നു. 'ഇവിടെ പാതി; മൃത്യുലോകത്തിൽ പാതി.' അതായത് ഇവിടെ ജീവിതവൃത്തം സമ്പൂർണ്ണമാവുകയില്ല. ഇതാണ് ബ്രഹ്മകാണ്ഡം.

ഓരോ ഖണ്ഡികയിലേയും ആശയതന്തുവും കല്പനാവൈചിത്ര്യങ്ങളും ഇഴവിടർത്താം.

കഥാനായകന്റെ ബാല്യം. ഇല്ലത്തിന്റെ പഴയ പ്രതാപം. അതിന്റെ അനുക്രമമായ അപചയം. സഹോദരിയുടെ ദുരന്തം. ഇവ ഒന്നാം ഖണ്ഡികയിൽ വർണ്ണ്യവിഷയങ്ങൾ. ആദികവിക്കും കഥാനായകനും തമ്മിലുള്ള ആത്മീയസാദൃശ്യം ധ്വനിപ്പിച്ചുകൊണ്ടാണാരംഭം. 'കൂരമ്പുടക്കും പ്രാണസങ്കടം' കണ്ടാലലിയുന്ന മനസ്സിന്റെ ഉടമ ധർമ്മചര്യയെ, തടവിൽ കിടന്നു കേഴുന്ന അമ്മയായി കാണുന്നു. അമ്മയെ,

വിനതയെ ഗരുഡനെന്നപോലെ, മോചിപ്പിക്കേണ്ടത് സ്വകർത്തവ്യമായി കരുതുകയും ചെയ്യുന്നു. വ്രതങ്ങളും ഉപാസനകളും വേദപഠനവും മറ്റും ആത്മാവിനെ ശുദ്ധീകരിക്കാനുദ്ദിഷ്ടമായ പരിശീലനങ്ങളായിരുന്നു. സമ്പത്തിന്റെ പ്രൗഢി ആ പരിശീലനത്തിൽ തെല്ലും ഇളവു ചെയ്തു കൊടുത്തില്ല. പ്രൗഢിയുടെ ചില ചിത്രങ്ങളിതാ: 'പ്രതാപത്തിന്റെ തലക്കെട്ടുകെട്ടിയ ആനകൾ', 'കത്തിവേഷങ്ങളരങ്ങേറുന്ന രാവുകൾ', 'അപ്ഫന്റെ കാതിലെ വൈരക്കല്ലു കടുക്കന്റെ കൊടും വെയിലുകൊണ്ടു ചൂടു നിലനിർത്തുന്ന പാൽപ്പായസം'. ഉത്സവാഘോഷങ്ങളും കഥകളിയരങ്ങുകളും സദ്യകളും ഇല്ലത്തെ പതിവുകളായിരുന്നുവെന്നു ധ്വനിപ്പിക്കുന്ന കല്പനകളാണിവ. എന്നും പാൽപ്പായസമുണ്ടായിരുന്നു. പണ്ടു വിലപ്പെട്ട വൈരക്കല്ലു പതിച്ച കടുക്കൻ അണിയാൻ വേണ്ട സമ്പത്തുണ്ടായിരുന്നു എന്ന രണ്ട് ആശയങ്ങളെ കൂട്ടിക്കൊരുത്ത് കല്പനാവൈചിത്ര്യം സൃഷ്ടിക്കുന്നത് അതിലൊരഭൂതപൂർവ്വത വിളയിക്കാനാണ്. എന്നും സദ്യയാണ്. ആ 'പ്രതാപം' നിലനിർത്തിക്കൊണ്ടുപോകാൻ വൈരക്കല്ലു കടുക്കൻ വില്ക്കേണ്ട സ്ഥിതിവന്നാലും പതിവുകൾ മാറ്റുകയില്ല. 'താപ'ത്തേയും 'പ്രതാപ'ത്തേയും ബന്ധപ്പെടുത്തുന്നതുകൊണ്ടാണ് 'വൈരക്കല്ലിന്റെ ചൂട്' എന്നു വിഭാവനം ചെയ്യുന്നത്. ഏഴിൽ ചൊവ്വയുടെ ദോഷം പോക്കാൻ ഓപ്പോൾക്ക് എന്നും വ്രതം. പള്ളിക്കൂടത്തിൽ പോകുന്ന ഉണ്ണിക്ക് ഉച്ചപ്പട്ടിണിയും. അവർക്കു രണ്ടുപേർക്കും സമൃദ്ധിയുടെ നടുക്കു പട്ടിണി. യുവതികളായ ദാസിമാർ. ചുറ്റും ഭോഗലാലസ. പ്രലോഭനങ്ങൾ വളരെ. എങ്കിലും ഉണ്ണി അധഃപതിച്ചില്ല. എന്നാൽ കാലത്തിന്റെ പോക്ക് കാലേ കണ്ടറിയാത്ത കാരണവന്മാർ അനുപദം തകർച്ചയിലേക്കു നീങ്ങുകയായിരുന്നു. പാട്ടക്കാരും പണിക്കാരും ശത്രുക്കളാവുക; ഇല്ലത്തെ ഭൂമി കൈവശപ്പെടുത്തുക; സ്വത്തു ക്രമേണ ചോർന്നുപോകുക. ഇതൊന്നും തടയാൻ 'സുകൃതക്ഷയം!' എന്നു ജപിച്ച് അകർമ്മണ്യതയിലാണ്ടുപോയ അപ്ഫനു കഴിഞ്ഞില്ല. ഓരോ പ്രമാണത്തിലായി ഒപ്പിട്ടു കൊടുത്തുകൊണ്ടിരുന്നു. ഏഴു പെൺകിടാങ്ങൾ വേളികഴിയാതെ വീർപ്പുമുട്ടുന്നതും കാര്യസ്ഥൻ സ്വന്തം കാര്യം ഭദ്രമാക്കുന്നതും വ്യഞ്ജിപ്പിച്ചിരിക്കുന്നതിങ്ങനെയാണ്:

"കെട്ടുവള്ളങ്ങളായില്ലത്തേഴുപേർ വീർപ്പുമുട്ടവേ
കാര്യസ്ഥൻ വീടുതീർക്കുന്നൂ പെണ്മക്കൾക്കന്യനാട്ടിലും."

ഉണ്ണി എല്ലാം കാണുന്നുണ്ടായിരുന്നെങ്കിലും കൃഷിയുടെ ചുമതല ഏറ്റെടുക്കാൻ വേണ്ട പരിശീലനമൊന്നും ലഭിച്ചിരുന്നില്ലല്ലോ. (കൃഷിപ്പാടത്തു നിന്നെക്കണ്ടിറുക്കീ കരിഞ്ഞണ്ടുകൾ.) ആയിടയ്ക്കാണ് ഇല്ലത്തിന്നിടിവെട്ടേറ്റതുപോലുള്ള ആ സത്യത്തിന്റെ ഉരുൾപൊട്ടൽ.

ചൊവ്വാദോഷക്കാരി അന്തർവത്നിയായിരിക്കുന്നു. ഈ നങ്ങേമക്കുട്ടി ക്കഥ ആകെ ഒരവ്യക്തതയിൽ പൊതിഞ്ഞിരിക്കയാണ്. 'ആര്' എന്ന ചോദ്യമോ ഉത്തരമോ ഇല്ല. പക്ഷേ, മദംപൊട്ടിയ ഒരു കൊമ്പനാന യുടേയും ആൽത്തറയ്ക്കലെ നിണപ്പുഴയുടേയും ചിത്രമുണ്ട്. അതിന്റെ ധ്വനിയെന്തെന്നതിനു സൂചകങ്ങളില്ല. 'മദംപൊട്ടിക്കലമ്പുന്നൂ മനസ്സിൽ കൊമ്പനാനകൾ' എന്ന കല്പനയിൽനിന്ന് ഉന്മത്തവികാര ങ്ങളെയാണ് കൊമ്പനാനകളായി കല്പിച്ചിരിക്കുന്നതെന്നു തോന്നും. ആരുടെ വികാരങ്ങൾ? ആചാരബദ്ധരായ യാഥാസ്ഥിതിക മനുഷ്യരുടെ വികാരങ്ങളോ, സ്നേഹാർദ്രനായ ഉണ്ണിയുടെ ഉള്ളിലെ വൈകാരിക സംഘർഷങ്ങളോ ഏതുമാവാം. പാപ്പാൻ അപ്രത്യക്ഷ നായിരിക്കുന്നു എന്നും കൂച്ചുചങ്ങല പൊട്ടിച്ച ആന ആരെയോ ആൽത്തറയ്ക്കൽ കുത്തിമലർത്തി എന്നു കൂടി തുടർന്നു വർണ്ണി ക്കുന്നുണ്ട്. ഈ ഇമേജുകളിൽനിന്ന് എന്ത് ഊഹിക്കണം എന്നു വ്യക്തമല്ല. ആനക്കാരനാണ് പെൺകിടാവിനെ പിഴപ്പിച്ചതെന്നറിഞ്ഞ യാഥാസ്ഥിതികവും ക്രൂരവുമായ ബ്രാഹ്മണ്യം അയാളെ വകവരുത്തി, മദിച്ച ആനയ്ക്കിരയാക്കി, ആന കുത്തിക്കൊന്നുവെന്നു കഥ സൃഷ്ടി ച്ചതായിരിക്കുമോ എന്നൊരു കുസൃതി വ്യാഖ്യാനത്തിന് ആരെങ്കിലും മുതിരാതിരിക്കണമെങ്കിൽ സൂചകങ്ങൾ നല്കേണ്ടതായിരുന്നു. ആ അപ്ഫന്റെ ചിത്രം ഈ വ്യാഖ്യാനത്തെ സഹിക്കുകയില്ല. എങ്കിൽ പിന്നെ എന്താണ് ഈ ചിത്രങ്ങളുടെ പൊരുൾ? ധ്വനനംകൊണ്ട് കവി തയെ കുറുക്കിക്കുറുക്കി സാന്ദ്രമാക്കുന്ന വെമ്പലിൽ, ഒടുവിൽ അർത്ഥം പാത്രത്തിന്നടിയിൽപ്പിടിച്ച് എടുക്കാൻ പറ്റാതാവുന്ന അവസ്ഥ.* ഓപ്പോളെ ഗ്രസിച്ച ദുരന്തം ഏല്പിച്ച മുറിപ്പാടിൽനിന്നു ചോര വാർന്നൊഴുകുന്ന സ്ഥിതിയിൽ ഹൃദയാലുവായ ഉണ്ണി നില്ക്കുന്നു.

രണ്ടാം ഖണ്ഡികയിൽ പടിയടച്ചു പിണ്ഡംവയ്ക്കൽ; അപ്ഫന്റെ വൈവശ്യം; അദ്ദേഹത്തിന്റെ മരണം. സംസ്കാരത്തിനു മാവു വെട്ടിയ തോടെ അടിവേരു തകർന്ന ഇല്ലം. മച്ചകത്തു വാഴുന്ന ബ്രഹ്മരക്ഷസ്സും തലകീഴായിത്തൂങ്ങുന്ന നരിച്ചീറുകളും. ഭീതികളുടെ പ്രതീകങ്ങൾ. കണ്ണീരു വറ്റാത്ത പെങ്ങന്മാർ.

(ആറു സോദരിമാരന്യൂനാശ്രുപൂജകൾ ചെയ്കിലും
കൊടുവേനലിൽ വറ്റിപ്പോയില്ലത്തെത്താമരക്കുളം.)

---

* കണ്ണാൽ തോട്ടി വലിക്കുന്ന പാപ്പാൻ കുറ്റബോധംകൊണ്ട് എവിടെയോ പോയി. അയാൾക്ക് ആനയിലും വിരക്തി തോന്നി. അയാളുടെ അശ്രദ്ധയിൽ ഇടഞ്ഞ ആന അയാളെ വകവരുത്തി. ആൽത്തറയിൽ ഭയാനക നിണപ്പുഴ ഒഴുക്കി. (1/25-26) -കവി.

തോർത്ത് ആദരസൂചകമായി അരയിൽക്കെട്ടിക്കൊണ്ടു നടന്നിരുന്ന കാര്യസ്ഥൻ കസവുനേര്യതു തോളത്തിട്ടിരുന്നു യാത്രപറഞ്ഞു പിരിയുമ്പോൾ. കുടികിടപ്പുകാരുടെ കൈയേറ്റം; പുതിയ പള്ളിക്കും ബ്രഹ്മസ്വത്തിൽ സ്ഥലം. അമ്പലത്തിലെ നേദ്യപ്പടയ്ക്കും റേഷൻ. പണ്ടങ്ങൾ ഓരോന്നായി വിറ്റുണ്ണൽ... ഇങ്ങനെ തകർച്ചയുടെ ചിത്രങ്ങൾ നിരത്തിയിരിക്കുന്നു.

മൂന്നാം ഖണ്ഡികയിൽ ദേവദത്തൻ ജോലിയന്വേഷിച്ചലയുന്നു. പ്രതീക്ഷയുടെ തളർച്ചയും വ്യക്തിയുടെ അലച്ചിലും വ്യഞ്ജിപ്പിക്കുന്നതിങ്ങനെയാണ്:

"വള്ളിപൊട്ടും ചെരിപ്പിന്മേൽ
തെന്നിവീഴും പ്രതീക്ഷ നീ."

ദേവദത്തന്റെ അലച്ചിൽ വർണ്ണിക്കുന്നതോടെ നഗരസംസ്കാരത്തിന്റെ ജീർണ്ണതയും ബീഭത്സതയും അനാവരണം ചെയ്യുന്നു. ആൾക്കൂട്ടത്തിലലയുന്ന വ്യക്തിയെ കലങ്ങിമറിഞ്ഞു കുത്തിയൊഴുകുന്ന ജലത്തിലെ തുരുമ്പായി ചിത്രണം ചെയ്യുന്നു. സവർണ്ണനു പണികൊടുക്കാനില്ലെന്നു പുറംതള്ളുന്ന ആഫീസുകാർ. പഴയ സവർണ്ണൻ അധഃകൃതനായിരിക്കുന്നു. നഗരവർണ്ണനയിൽ കാണുന്ന ജീർണ്ണതാദൃശ്യങ്ങൾ 'ഇരുപതാം നൂറ്റാണ്ടിന്റെ ഇതിഹാസ'ത്തെ അനുസ്മരിപ്പിക്കും. എ—പടമോടുന്ന തിയേറ്റർ. 'മലർന്നുകിടക്കുന്ന താരഭാഗ്യനിഗൂഢത', 'വിഴുപ്പലക്കുരാഷ്ട്രീയംപോലെ അനന്ത'മായ മൈതാനം; അതിൽ പതുങ്ങിക്കൊക്കുരുമ്മുന്ന കലാലയകൗമാരം. ഓടകളിലൂടെ മലമൂത്രങ്ങൾക്കൊപ്പം തെരുവിന്റെ മുകളിൽ ഒഴുകുന്ന മുദ്രാവാക്യം. വാർത്താമൂല്യംപോലുമില്ലാത്ത അനാഥപ്രേതം, പടർന്നേറുന്ന വിഷപ്പുക. ഭാവിപൗരൻ ശ്വസിക്കുന്ന പുരോഗമനപ്പുക.

("നിരത്തിൽ കാക്കകൊത്തുന്നു ചത്തപെണ്ണിന്റെ കണ്ണുകൾ മുലചപ്പിവലിക്കുന്നൂ നരവർഗ്ഗനവാതിഥി..." മുതലായ രൂക്ഷചിത്രങ്ങളുള്ള ഇരുപതാം നൂറ്റാണ്ടിലെ ഇതിഹാസത്തിന്റെ അനുരണനങ്ങൾ ഇവിടെയുണ്ട്). ഈ നരകത്തിലേക്കാണ് 'ഉപ്പുകല്ലുള്ള ചോറെന്ന സത്യം' സാക്ഷാത്കരിക്കാൻ ദേവദത്തൻ എത്തുന്നത്. ('ഉപ്പുകല്ലിന്നായ് ഉരിയരിച്ചോറിനായ്' അക്കിത്തത്തിന്റെ 'പണ്ടത്തെ മേശാന്തി'യും ഈ നരകത്തിലാണെത്തിയത്.) ഹോട്ടലുകളിലെ രഹസ്യങ്ങൾ കണ്ണിൽപ്പെടുമ്പോൾ വയറും താങ്ങി ഇറങ്ങിപ്പോയ പെങ്ങളെ ഓർക്കുന്ന ദേവദത്തന് ഉറക്കെക്കരയണമെന്നു തോന്നുന്നു.

നാലാം ഖണ്ഡികയിൽ പത്രമാപ്പീസിന്റെ കഥ. 'ശുദ്ധസംസ്കാരവാരിക' അടിച്ചിറക്കുന്ന 'സ്ഥിതിനാഥന്' ഗൾഫിൽ അഞ്ച് അളിയന്മാർ;

പ്രസവിക്കാത്ത പെങ്ങന്മാരയയ്ക്കുന്ന കുഴൽപ്പണം—അതുകൊണ്ട് അദ്ദേഹം ഈയിടെ 'വിശ്വസംസ്കാരം വിലയ്ക്കു വാങ്ങി'—പഴയ അശ്ലീലസാഹിത്യ വില്പനക്കാരനാണ് ഇപ്പോൾ അനുവാദം കൂടാതെ സൂര്യപ്രകാശത്തെക്കൂടി അകത്തേക്കു കടത്താത്ത വിഭുവായി വിരാജിക്കുന്നത്! ദേവദത്തന് അവിടെ പ്രൂഫ് നോക്കുന്ന പണി കിട്ടി. പക്ഷേ, അമ്മപെങ്ങന്മാരുള്ള ദേവദത്തന് ആ വാരികയുടെ സംസ്കാരം ഉൾക്കൊള്ളാൻ കഴിഞ്ഞില്ല. ഹൃദയമുണ്ടാവുക എന്ന ശാപം അയാളെ അവിടെനിന്നിറക്കി അയച്ചു.

അഞ്ചാം ഖണ്ഡികയിൽ കാലഘട്ടത്തെ ഗ്രസിച്ച ശാപത്തിന്റെ ചിത്രം. ജനത വെറും ആട്ടിൻപറ്റം. രാമരാജ്യത്തേക്ക് എന്നു വ്യാമോഹിപ്പിച്ച് അവയെ തെളിക്കുന്നു. ഉണ്ണാൻവേണ്ടി ഉടുപ്പഴിക്കുക; തൊഴിലില്ലാഞ്ഞ് കൂലിക്കൊടി പിടിക്കുക—എന്നു മാറും എങ്ങനെ മാറും ഈ അവസ്ഥ? കല്ക്കിയവതരിക്കുമോ? ഭഗീരഥൻ വരുമോ? പാതാളത്തിലടിഞ്ഞവർക്കു മോചനം നേടിക്കൊടുക്കുമോ? വാഗ്ദാനത്തിലവസാനിക്കുന്ന വിപ്ലവമാണ് രക്തസാക്ഷികളെക്കൊണ്ടു നിലനില്ക്കുന്ന രാഷ്ട്രീയത്തിന്റെ നേട്ടം. ദേവദത്തനിൽ, പിഴചെയ്യാതെ ആരണ്യത്തിലലയേണ്ടിവന്ന രാമനും ഗതികിട്ടാത്ത അശ്വത്ഥാമാവും ഒത്തുചേരുന്നു. ഇല്ലത്തു മടങ്ങിയെത്തുന്ന ദേവദത്തൻ 'ഭാരമേറുന്ന മോന്തായം താങ്ങേണ്ട ഗൗളി'യായിട്ടാണ് തന്നെത്തന്നെ കാണുന്നത്. രാമൻ, അശ്വത്ഥാമാവ്, ഗൗളി എന്ന മൂന്ന് ഇമേജുകളിലൂടെ ദേവദത്തന്റെ മാനസികാവസ്ഥയെ ധ്വനിപ്പിച്ചിരിക്കയാണ്. രാമൻ ദണ്ഡകാരണ്യത്തിൽ അലയേണ്ടിവന്നത് സ്വന്തം തെറ്റുകൊണ്ടല്ല. പിതാവിന്റെ കാമാന്ധതയുടെ ഫലമായ വരദാനംമൂലം സത്യപരായണനായ രാമൻ ആരണ്യത്തിലലയാൻ വിധിക്കപ്പെട്ടു. പിതൃവർഗ്ഗത്തിന്റെ ഭോഗലാലസയും കാലപരിണാമം കാണാനനുവദിക്കാഞ്ഞ വർണ്ണാചാരാന്ധതയുമാണ് നഗരത്തിന്റെ കൊടുംകാട്ടിലേക്കു ദേവദത്തനെ എത്തിച്ചത്. കുട്ടിക്കാലംമുതല്ക്കുതന്നെ അവയോടുള്ള പ്രതിഷേധവും, തന്നെ പിന്നോക്കം വലിച്ചുകൊണ്ടിരുന്ന അന്ധശക്തികളോടും തങ്ങളെ വഞ്ചിച്ചുകൊണ്ടിരുന്ന പ്രബലകൗശലങ്ങളോടുമുള്ള പകയും അയാളുടെ മനസ്സിൽ പുകഞ്ഞുകൊണ്ടിരുന്നു. (താക്കോൽക്കൂട്ടം സുഖിക്കുന്നൂ താഴില്ലാത്തൊരിരുട്ടിലും; പത്തായവും കിതയ്ക്കുന്നൂ; പകയായ് പല്ലിറുക്കി നീ.) ഇപ്പോൾ പുതിയ പകകളും പുകയാൻ തുടങ്ങി. 1. ബിരുദച്ചീട്ടിന്റെ വിലയില്ലായ്മ; 2. സവർണ്ണനായിപ്പോയതുകൊണ്ടുള്ള ഗതികേട്. അങ്ങനെ ദേവദത്തനിൽ രാമസത്തയും ദ്രൗണിസത്തയും ഒരുമിച്ചു പുലർന്നു. ആ രണ്ടു സത്തകളും ഒരേ തീയിലുരുകിച്ചേർന്നൊന്നാവുന്നതിൽനിന്ന് ഒരു പുതിയ സത്ത

രൂപപ്പെടാമെന്നും അത് ഒരു പുതുപുലരിയുടെ ഉദയമാകാമെന്നും അയാൾ സ്വപ്നം കാണുന്നുണ്ട്. എങ്കിലും ഇല്ലത്തു തിരിച്ചെത്തുമ്പോൾ ഉത്തരം താങ്ങുന്നുവെന്നു നടിക്കുന്ന ഗൗളിയുടെ മിഥ്യാഹന്തയിൽക്കവിഞ്ഞെന്തുണ്ടു തന്നിൽ എന്ന ചിന്ത അയാളെ തളർത്തുന്നു.

ആറാം ഖണ്ഡികയിൽ കാലത്തിനൊത്തു കോലംകെട്ടാൻ മുതിരുന്ന തറവാട്ടംഗങ്ങളുടെ ചിത്രം. കാത്തുകാത്തു മടുത്ത മൂത്ത സോദരിയുടെ നൈരാശ്യം ഒരു പ്രതിഷേധമായി ഉരുണ്ടുകൂടി. ജ്യേഷ്ഠത്തിയുടെ അനുഭവം അവളിൽ വൈരാഗ്യത്തിന്റെ വിത്തു പാകിയിട്ടുണ്ടാവാം. 'ഇജ്ജന്മം വേളി വേണ്ടാ' എന്ന് അവൾ പ്രഖ്യാപിച്ചു. അവളുടെ ജപവും തപവും വ്രതവും എല്ലാം തന്നോടുതന്നെയുള്ള ഒരു പകവീട്ടലുപോലെയായിരുന്നു. നരച്ചുതുടങ്ങിയ സൗമ്യപ്രകൃതിയായ (മുടിനാരിഴയിൽപ്പോലും മൂകവെണ്മ പുലർത്തുവോൾ) മൂന്നാമോപ്പോൾക്ക് അകാലത്തൊരു 'ഭാഗ്യം' കൈവന്നു—വിഷ്ണുക്ഷേത്രത്തിലെ ചന്ദനമരപ്പുകാരനും മുടന്തനും അമ്പത്തൊന്നുകാരനുമായ വരന്റെ രൂപത്തിൽ. ഈ അസുലഭഭാഗ്യത്തെ അമ്മ ഉപമിച്ചത് കൃഷ്ണ—കുബ്ജകഥയോടാണ്. ഇല്ലത്തു മൗനമാണ്ടുകിടന്ന ഓട്ടുപാത്രം 'ചിറകിളക്കി.' നേദ്യച്ചോറിന്റെ മണം നാലകത്തു പരന്നു. മറ്റു നാലു പെങ്ങന്മാർക്കും ഇതുപോലെ വല്ല 'മുടന്തൻഭാഗ്യവും' എത്തിയേക്കാം എന്ന പ്രതീക്ഷയും പൂത്തു. രണ്ടുപേർ ഗ്രാമവികസനപരിപാടികളോടു ബന്ധപ്പെട്ടു തുന്നൽ പഠിച്ചു. അവർ 'പിഞ്ഞിപ്പോയ കിനാവുകൾ' തുന്നിച്ചേർത്തു. (ഇവിടെവച്ച് ഈ നാലു സഹോദരിമാർ അണിയറയിലേക്കു പോകുന്നു. പിന്നെ ഈ കഥയുടെ അന്ത്യരംഗംവരെ അവർ ഒരിക്കലും അരങ്ങത്തു വരുന്നില്ല. നോവലായിരുന്നെങ്കിൽ ഈ തൂങ്ങിക്കിടക്കുന്ന തുമ്പുകളെ എവിടെയെങ്കിലും കൂട്ടിക്കെട്ടാതിരിക്കുന്നത് വായനക്കാരന്റെ സ്വാസ്ഥ്യം കെടുത്തും.) അക്കാലത്ത് ഇല്ലപ്പറമ്പിൽ പൊങ്ങിവന്ന കൂറ്റൻ ഓട്ടുകമ്പനിയിൽ കണക്കെഴുത്തുപണി 'ഉണ്ണിത്തിരുമേനിക്കു' നല്കാൻ പഴയ കാര്യസ്ഥൻ ഉദാരത കാട്ടുന്നു. പഴയ പ്രതാപത്തിന്റെ വന്ധ്യതയും പഴയ കണക്കുകൂട്ടലിന്റെ പിഴവും മനസ്സിലാക്കിയ ദേവദത്തൻ പുതിയ കാലത്തിനൊത്തു കോലംകെട്ടുന്നു. ഉച്ചനീചാവസ്ഥകളുടെ കടതലമറിയൽ വ്യഞ്ജിപ്പിക്കാൻ ഇവിടെ ഒരു പാർശ്വചിത്രം—റേഷൻ പീടികയിൽ ചില്ലറക്കാശെണ്ണിത്തിട്ടപ്പെടുത്തുന്ന 'തിരുമേനി'യെക്കണ്ടു കുശലം ചോദിക്കുന്ന നാടൻധ്വരയും അയാളുടെ കാറും.

> "ഇല്ലായ്മകളെ മേയ്ച്ചില്ലപ്പറമ്പാർന്ന കുടുംബവും
> കാലാന്തരത്തിൽപ്പൊന്തുന്നിതയ്യേയെസ്സിന്റെ ധാടിയിൽ"

ഇല്ലപ്പറമ്പിൽ പാർത്തിരുന്ന ദരിദ്രകുടുംബം; കാലി മേച്ചിരുന്ന ചെറുക്കൻ ഐ.എ.എസ്സിലെ സംവരണം മുതലായ കാര്യങ്ങളെല്ലാം കൂടി ഇപ്രകാരം കുറുക്കിച്ചേർത്തിരിക്കുന്നു. ദേവദത്തന്റെ അപകർഷ ബോധവും പഴയ വിശ്വാസാചാരാദികളിൽ തൂങ്ങിക്കിടന്നതിനാൽ ഉളവായ അധോഗതിയെക്കുറിച്ചുള്ള ചിന്തയും ആചാരവിശ്വാസാദി കളെ ഭസ്മീകരിക്കാനുള്ള അഗ്നിക്ഷോഭമായി വളരുന്നു.

ഏഴാം ഖണ്ഡിക തുടങ്ങുന്നത് 'സമലോഷ്ടാശ്മകാഞ്ചനഃ' എന്ന തിനെക്കുറിച്ചൊരു ഫലിതം പറഞ്ഞുകൊണ്ടാണ്. 'പൊന്നിനെക്കളി മണ്ണായി' ക്കാണാൻ പഠിപ്പിച്ച ആർഷധർമ്മസംഹിത 'കളിമണ്ണാൽ പൊന്നുവാർക്കു' ന്നതിന്റെ കണക്കെഴുതാൻ ദേവദത്തനെ തികച്ചും യോഗ്യനാക്കിയിരിക്കുന്നു! 'മാറ്റവേളി' ഒരു പ്രശ്നപരിഹാരമാവില്ലെ ന്നതിന്ന് ഒരു ദുർബ്ബലയുക്തി (ഒഴിയും സ്ഥാനമേല്ക്കാൻ മറ്റൊരു ദൈന്യം വരേണ്ടയോ?) ഉന്നയിച്ച ദേവദത്തന്റെ മനസ്സിലിരിപ്പു കണ്ട അമ്മ 'അഭീഷ്ടം വരിക്കാൻ' മൗനാനുവാദം നല്കുന്നു. തന്നെ ആരാധിക്കുന്ന അധഃകൃതയുവതിയെ വേൾക്കുക എന്നതാണ് 'അഭീഷ്ടം'. മനുഷ്യരെ വേർപിരിക്കുന്ന വർണ്ണവൈജാത്യത്തിന്റെ സങ്കല്പക്കന്മതിൽക്കോട്ട ദേവദത്തൻ ധീരമായി തകർക്കും. പക്ഷേ, 'ആത്മാർത്ഥേപൃഥിവീം ത്യജേത്...' എന്ന് അവസാനിക്കുന്ന വിദുര വാക്യത്തിന് ഇവിടെ പ്രസക്തി പോരാ. കുലത്തേയും ലോകത്തേയും പ്രേമത്തിൻപേരിൽ ത്യജിക്കുമെന്നാണെങ്കിൽ അതിനു വിദുരവാക്യ ത്തിലെ 'തന്നെ കാമിച്ചവളെ താൻ പരിത്യജിക്കരുതെ'ന്ന ഭാഗമാണ് കൂടുതൽ യോജിക്കുക. 'ത്യജിക്കൂ ലോകമൊക്കെയും' എന്ന് ദേവ ദത്തൻ തന്നെത്തന്നെ ഉദ്ബോധിപ്പിക്കുന്നതിന്, പ്രേമത്തോടു വിശ്വ സ്തത പുലർത്താൻവേണ്ടി ലോകത്തെ മുഴുവൻ ധിക്കരിക്കണമെന്ന അർത്ഥമെടുക്കേണ്ടിയിരിക്കുന്നു.

ജന്മകാണ്ഡം അവസാനിക്കുന്നത് ജാതിക്കോട്ടയെ ഇടിച്ചുനിര ത്തുന്ന ഈ വിവാഹകർമ്മത്തോടെയാണ്. പൂണൂൽ പൊട്ടിച്ചെറിഞ്ഞു പുലയിപ്പെൺകൊടിയെ വേൾക്കുമ്പോൾ ശരിയായ രണ്ടാം ജന്മത്തി ലേക്കു കടന്ന് അയാളുടെ ദ്വിജത്വം അർത്ഥവത്താകുന്നു. 'ദുര വസ്ഥ'യ്ക്കു ഷഷ്ടിപൂർത്തിയായിട്ടും ഇവിടെ ഇത് വിപ്ലവകരമായ ഒരു വിഭാവനം തന്നെയാണ്. നമ്പൂതിരിയെ മനുഷ്യനാക്കാൻ മഹാനായ വി.ടി.യെപ്പോലുള്ളവർ പാടുപെട്ടിട്ടും ദേവദത്തനെ പ്പോലുള്ള മനുഷ്യരെ വിരളമായേ കാണാൻ കിട്ടൂ. വിശേഷിച്ചും നാലു പെൺകിടാങ്ങൾ വേളി കഴിയാതെ ഇല്ലം നിറഞ്ഞിരിക്കുമ്പോൾ ഏക

പുത്രൻ വേട്ടുകൊണ്ടുവരുന്ന 'എണ്ണക്കറുമ്പി'യെ, അകത്തു തെളിഞ്ഞ പ്രസാദത്തോടെയും മുഖത്ത് ഉദിച്ച പുഞ്ചിരിയോടെയും സ്വീകരിക്കുന്ന പ്രേമധാമമായ അമ്മ, അതിനേക്കാൾ കൂടുതൽ വിരളമാണ്. ഈ വിപ്ലവചിത്രം പശ്ചാത്തലത്തിൽ ഒരുക്കിയിരിക്കുന്നതിന് ഒരു ഉദ്ദേശമുണ്ട്. ഇത്തരം സാമുദായിക വിപ്ലവങ്ങൾക്കു വേണ്ടിടത്തോളം ആദർശധീരതയുള്ളവർക്കേ ആർത്ഥികവിപ്ലവങ്ങൾ നയിക്കാൻ വേണ്ടുന്ന കരുത്തുണ്ടാവൂ എന്നതാണ് അതിന്റെ ധ്വനി. വ്യക്തിജീവിതത്തിൽ സങ്കുചിതതാത്പര്യങ്ങൾ പുലർത്തുന്നവർക്ക് ആർത്ഥിക വിപ്ലവനേതൃത്വം ആവശ്യപ്പെടുന്ന വലിയ ത്യാഗങ്ങൾക്കു കരുത്തുണ്ടാവില്ല. അധർമ്മത്തോടും അനീതിയോടും അവർ 'കോംപ്രമൈസ്' ചെയ്യും. അവയിൽ പങ്കാളികളാവും. ദേവദത്തന് ഈ കോംപ്രമൈസ് സാദ്ധ്യമല്ല. അതിനാൽ അയാൾ ഒറ്റപ്പെടുന്നതിന്റെ ചിത്രമാണ് കർമ്മകാണ്ഡത്തിലുള്ളത്.

കർമ്മകാണ്ഡത്തിലെ ഒന്നാം ഖണ്ഡികയിൽ വർണ്ണസമന്വയത്തിന്റെ സാക്ഷാത്കൃത സംസ്കൃതിയായ പുത്രിയുടെ പിറവി. ഗ്രാമീണജീവിതത്തിലെ പരിണാമങ്ങളും ബ്രാഹ്മണസമുദായത്തിൽ ആചാരവൈകൃതത്തെത്തന്നെ സ്മാർത്തവിചാരംചെയ്ത് ഇറക്കിവിട്ടതിന്റെ ചിത്രങ്ങളും ഇവിടെയുണ്ട്. രണ്ടാം ഖണ്ഡിക മുതല്ക്ക് ദേവദത്തനെ കാണുന്നത് ആർത്ഥികവിപ്ലവ പ്രവർത്തനരംഗത്താണ്. തൊഴിലാളികളുടെ ദുരിതങ്ങൾ അതത് ഫാക്ടറികളോടു ബന്ധപ്പെട്ട ഇമേജുകളിലാണവതരിപ്പിക്കുന്നത്.

ഓട്ടുകമ്പനി: "ഉടഞ്ഞോരോടുകൾക്കൊപ്പം തകർന്നേപോയ് പ്രതീക്ഷകൾ"

നെയ്ത്തുകമ്പനി: "പിഴയ്ക്കുന്നൂ ജീവിതത്തിന്നൂടും പാവും നിരന്തരം"

കശുവണ്ടികമ്പനി: "യന്ത്രച്ചൂളകളിൽച്ചത്തുമലയ്ക്കും കശുവണ്ടികൾ"

മരക്കമ്പനി: "പ്രാരബ്ധമീർച്ചവാൾകൊണ്ടുമറുക്കാൻ കഴിയാത്തവർ"

കർഷകവൃത്തി: "പാടത്തിലെക്കിനാവെല്ലാം പതിരായ് കൊയ്തു കൂട്ടുവോർ"

(ഓരോ തൊഴിലാളിയുടെ ദുരിതത്തേയും അവന്റെ പ്രവർത്തനരംഗത്തിണങ്ങുന്ന ശൈലികൊണ്ടുതന്നെ വർണ്ണിക്കണമെന്ന ഈ ശാഠ്യത്തിന്ന് അതർഹിക്കുന്ന പ്രതിഫലം കിട്ടിയിട്ടുണ്ട്—കൃത്രിമത.)

ദേവദത്തൻ ഇവരുടെയൊക്കെ നേതാവായി, വിശാലനൂതന കർമ്മ മണ്ഡലത്തിന്നധീശ്വരനായി. 'പരിത്രാണായ സാധൂനാം' എന്ന നേതൃ ധർമ്മം അയാളിൽ അന്വർത്ഥമായി.

മൂന്നാം ഖണ്ഡികയിൽ സ്ഫോടനമാരംഭിക്കുന്നു. തൊഴിലാളി സമരങ്ങളെ അടിച്ചമർത്താൻ ഭരണകൂടം സഹായിക്കുന്നതിനെ 'ഭരണക്കാക്കിവേഷംതൻ തോക്കുതാഴ്ത്തിത്തുണയ്ക്കവേ' എന്നാണു വിവരിക്കുന്നത്. ഒത്തുതീർപ്പു സംഭാഷണത്തിനു ചെല്ലുമ്പോൾ 'പൂട്ടി ക്കിടപ്പതായ്ക്കണ്ടൂ മുതലാളിത്തവക്ത്രവും'. ആയിരക്കണക്കിനു തൊഴിലാളികൾക്കുവേണ്ടി നേതാവ് നിരാഹാരസത്യഗ്രഹം വരിച്ചു. നേതാവിനെ വശീകരിക്കാൻ മേലാൾവർഗ്ഗം രഹസ്യമായിച്ചെയ്ത ശ്രമത്തെ വ്യഞ്ജിപ്പിച്ചിരിക്കുന്നതിങ്ങനെയാണ്:

"കൂരിരുട്ടിന്റെ സൗജന്യം നീട്ടുന്നൂ നിന്റെ നേർക്കിതാ
പ്രലോഭനക്കിലുക്കത്തിൻ പ്രകാശം..."

അബോധാവസ്ഥയിലായ നേതാവിനെ ആസ്പത്രിയിലേക്കു മാറ്റി. അതിന്നിടയ്ക്ക് മുതലാളിവർഗ്ഗത്തിന്റെ ഭേദനയം വിജയിച്ചു. വഴങ്ങിക്കൊടുത്ത സുഹൃത്ത് പിന്നീടു മാപ്പുചോദിക്കുന്നതും ദേവ ദത്തൻ അതു പൊറുക്കുന്നതും വർണ്ണിച്ചിരിയ്ക്കുന്നത് ഇങ്ങനെ:

"നിന്റെ കാൽക്കലിരിപ്പൂ നിൻ തോഴനോ കുറ്റബോധമോ
അവന്റെ കണ്ണുനീർക്കുത്തിലലിവു നിന്റെനൊമ്പരം..."

ഓട്ടുകമ്പനിയും നെയ്ത്തുകമ്പനിയും പ്രവർത്തിച്ചു തുടങ്ങി യതിന്റെ ചിത്രം:

"..............................ആകാശത്തേയ്ക്കു നോക്കവേ
അവിടെക്കണ്ടു നീ ചൂളപ്പുകപൊന്തിത്തുടങ്ങിയോ?
നിരത്തിവച്ചതാരാവോ കാവികാച്ചിയൊരോടുകൾ
വിരിച്ചതാരു നെയ്ത്തിന്നായ് തറിയിൽ തങ്കനൂലുകൾ?..."

നാലാം ഖണ്ഡികയിൽ മുക്തിയുദ്ധത്തിന്നൊരുങ്ങാൻ ധാർമ്മിക മായ പിന്തുണ നൽകുന്ന അമ്മയുടെയും സഹധർമ്മിണിയുടേയും ചിത്രങ്ങൾ. കാളിയമർദ്ദനകഥ പഠിച്ച അമ്മ ആഢ്യത്തത്തിന്റെ ചാമ്പ ലിൽനിന്ന് 'വഹ്നിപൂക്കുന്ന ആശയം' വളർത്തിയെടുത്തിരിക്കുന്നു. സ്നേഹബന്ധങ്ങൾ വിപ്ലവകാരിയെ ദുർബ്ബലനാക്കും എന്ന സങ്ക ല്പത്തെ നിരാകരിക്കാനാണ് ദേവദത്തന്റെ സ്നേഹബന്ധങ്ങളുടെ ദാർഢ്യത്തിൽ കവി ഊന്നുന്നത്. 'ഇരുപതാംനൂറ്റാണ്ടിന്റെ ഇതിഹാ സത്തിലെ' നായകന്റെ അനുശയം ഇതായിരുന്നു:

"ഒരു പേനാക്കത്തിയാലൊരിളന്നീർക്കണ്ണുമാതിരി
പകയാലെൻ മനുഷ്യത്വക്കനി ചെത്തിത്തുരന്നു ഞാൻ
ശീതളം മധുരം ജീവപ്രേമമാം പൂർവ്വാസന
വാറ്റിക്കളഞ്ഞേനാവോളമൊടുക്കത്തെക്കണംവരെ."

ആ മനക്കാഠിന്യം ഈ നേതാവിന്നില്ല. 'നോവുമാത്മാവിനെ സ്നേഹിക്കുക' എന്ന തത്ത്വശാസ്ത്രത്തെയാണ് ഇയാൾ സ്നേഹിക്കുന്നത്. അമ്മ, പത്നി, മകൾ—ഇയാളുടെ വിപ്ലവപ്രവർത്തനത്തിന് അവരുടെ സ്നേഹം വിലങ്ങാവുന്നില്ല; അവരോടുള്ള സ്നേഹം ഇയാൾക്കൊരു ശക്തികേന്ദ്രവുമാണ്.

അഞ്ചാം ഖണ്ഡികയിൽ ദേവദത്തന്റെ നേതൃത്വം വികസിക്കുന്നതിന്റെ ചിത്രം—തേയിലത്തോട്ടം, റബ്ബർത്തോട്ടം മുതലായവയിലെ തൊഴിലാളികളും കർഷകത്തൊഴിലാളികളും ദേവദത്തന്റെ പിന്നിലണിനിരക്കുന്നു. അവരിലുറങ്ങിക്കിടക്കുന്ന ശക്തി അവരെ ബോധ്യപ്പെടുത്താൻ സാംസന്റെ പ്രതീകം ഉപയുക്തമാക്കുന്നു. 'മുണ്ഡനം ചെയ്താലും നീളുന്ന മുടി' ഉയിർത്തെഴുന്നേല്ക്കുന്ന മർദ്ദിതവർഗ്ഗവീര്യത്തെ വ്യഞ്ജിപ്പിക്കുന്നു. സ്വാതന്ത്ര്യലബ്ധിക്കുശേഷവും ജനതയുടെ മോചനം ഉണ്ടായില്ലെന്ന വസ്തുത വ്യഞ്ജിപ്പിക്കാൻ അണിനിരത്തിയിട്ടുള്ള കാവ്യബിംബങ്ങൾ നോക്കുക: 1. 'ജനസേവനം' എന്ന ആട്ടിൻതോൽ പുതച്ചു വരുന്നവർ. 2. കണ്ണീർക്കുളത്തിലും തേറ്റാമ്പരൽ കലക്കുന്നവർ. 3. വലിയോരുടെ കൊട്ടാരപ്പോർട്ടിക്കോവിൽ പറക്കുകയും ഇന്നു സ്വർണ്ണക്കൂട്ടിൽ കിടക്കുകയും ചെയ്യുന്ന സ്വാതന്ത്ര്യപ്പിറാവ്. 4. ഏതോ ജടയ്ക്കുള്ളിലൊളിച്ച സമൃദ്ധികൾ. 5. പാതാളത്തിൽ കിടക്കുന്ന ഗതിയില്ലാപ്രേതങ്ങൾ. 6. അന്യർക്കായി മുത്തു തേടിപ്പോയി മണ്ണിടിഞ്ഞു തകരുന്ന ആയിരങ്ങൾ. 7. പുഷ്പചക്രത്തിന്റെ പൊള്ളച്ചിരിയോടുകൂടിയ അനുശോചനം. പുഷ്പചക്രങ്ങൾക്കുവേണ്ടി വളർത്തപ്പെടുന്ന പൂന്തോപ്പുകൾ. 8. പ്രസംഗകരുടെ കണ്ഠത്തിലെ അണക്കെട്ടു പൊട്ടിക്കുന്ന വാക്പ്രവാഹം. 9. വരൾക്കാതിലിറുക്കുന്ന വാഗ്ദാന ഞണ്ടുകൾ; പാഴ്ത്തൊണ്ടയിൽത്തടയുന്ന പാറക്കല്ലിൻ വാഗ്ദാനക്കഷായം... വിശകലനം ചെയ്തുവന്നാൽ രൂപകാലങ്കാരങ്ങൾതന്നെയാണിവ. ഏകദേശവിവർത്തികളോ ഉപമേയഗുപ്തങ്ങളോ ആക്കി വൈചിത്ര്യമുളവാക്കാനുള്ള ശ്രമമുണ്ട്. ആശയപരവും ഭാവപരവുമായ സത്തകളുടെ സമ്മിശ്രണം കൊണ്ടാണ്, കൊന്നാലും മരിക്കാത്ത ഒരു ഇമേജിനെ മനസ്സിൽ ഉയിർക്കൊള്ളിക്കാൻ കഴിയുക. അതിന്നുവേണ്ടിയുള്ള ശ്രമത്തിന്റെ സമരസാഹസികതയും വാശിയും ഇവിടെയുണ്ട്. മിക്കപ്പോഴും വിജയിച്ചിരിക്കുന്നു

എങ്കിലും കാലിലിറുക്കുന്ന ഞണ്ട് പിന്നീട് കാതിലിറുക്കുന്ന ഞണ്ടായി* മാറിയാൽ ആ സ്ഥാനക്കയറ്റംകൊണ്ട് ഇറുക്കലിന്റെ വേദന കൂടുമെന്നു വാദിക്കാമെങ്കിലും (കാലിലാണെങ്കിൽ കുടഞ്ഞു കളയാം. കാതിലാണെങ്കിലതൊരു പ്രാണസങ്കടം.) കല്പനകൾ ചിക ഞ്ഞെടുക്കുന്നതിലെ പ്രാണസങ്കടവും അതിൽ ധ്വനിക്കാതിരിക്കു ന്നില്ല. തടയാനാവാത്ത പ്രതികൂലപ്രവാഹത്തിൽ ഒഴുകിപ്പോകുന്നവ രാണ് മോചനം കൊതിക്കുന്ന മർദ്ദിതവർഗ്ഗമെന്നും അവരുടെ കാതി ലാണ് ഞണ്ടിറുക്കുന്നതെന്നും 'കൂട്ടിവായിക്കാൻ' അനുവാചകനു കഴി യണം. അതിനു കഴിയണമെങ്കിൽ, നേതൃമ്മന്യരുടെ പ്രസംഗപ്രവാ ഹത്തിലാണ് അവർ ഒലിച്ചുപോയതെന്നും അതിലാണ് വാഗ്ദാനഞ ണ്ടുകളും ധർമ്മമാർഗ്ഗോപദേശമാകുന്ന പാറക്കല്ലുകളുമുള്ളതെന്നും കൂടി വ്യഞ്ജിപ്പിക്കുന്ന സൂചകങ്ങളുമുണ്ടാവണം. തൊട്ടുമുമ്പ് ദേവ ദത്തന്റെ ഉദ്ബോധനങ്ങളാണ്. അതിനോടു ബന്ധപ്പെടുത്തി വാക്പ്രവാഹിനിയെപ്പറ്റി ചിന്തിച്ചാൽ ആശയവും ആ ഒഴുക്കിലൊലിച്ചു പോകും.

ആറാം ഖണ്ഡികയിൽ ദേവദത്തൻ സമരരംഗത്ത്.

> "നാട്ടിലും കാട്ടിലും പാറപ്പുറത്തും ഗുഹതന്നിലും
> കൊടുങ്കാറ്റായി നിൻശ്വാസം മുഴങ്ങീ സിംഹഗർജ്ജനം"

എന്ന വർണ്ണന.

> "എന്റെ ശബ്ദം മുഴങ്ങുന്നൂ സഹ്യപർവ്വതസാനുവിൽ
> എന്റെ ശബ്ദം മുഴങ്ങുന്നിതറബിക്കടൽവക്കിലും"

(ഇരുപതാം നൂറ്റാണ്ടിന്റെ ഇതിഹാസം) എന്ന വരികളെ ഓർമ്മയിൽ ക്കൊണ്ടുവരും. പിന്നീട് ശരശയ്യയിൽ കിടക്കുന്ന ഗംഗാദത്തന്റെ ചിത്ര ത്തിൽ ദേവദത്തനെ കാട്ടിത്തരുന്നു. ആ അവസ്ഥയിലെത്തിച്ച 'ധർമ്മി ഷ്ഠരും' 'ആരാധകരും' നിഗൂഢമായെത്തി കുറ്റസമ്മതമോ ഭംഗിവാ ക്കുകളോ സമർപ്പിച്ച കഥ പറയാൻ വേണ്ടിയാണിത്. ഭീഷ്മർ അവരെ അനുഗ്രഹിച്ചു. ഇവിടെ അതിനു പ്രസക്തിയില്ല. മാത്രമല്ല, പൂർവ്വാധി കം വീറോടെ ദേവദത്തൻ യുദ്ധം തുടരുന്നു. തന്നിമിത്തം ഭീഷ്മരെന്ന കാവ്യബിംബം ഇവിടെ തികച്ചും ഉചിതമായ വ്യഞ്ജകമാവുന്നില്ല. 'ശരശയ്യ'യുടെ ഭാവതലം മാത്രം യോജിക്കും. ലാത്തിച്ചാർജ്ജ്, വെടി വെപ്പ്, സമരനേതാവിന്റെ അറസ്റ്റ് ഇതോടെ ആറാം ഖണ്ഡിക സമാപി ക്കുന്നു.

---

* കപടവാഗ്ദാനം കാതിലാണല്ലോ ഇറുക്കുന്നത്. -കവി

ഏഴാം ഖണ്ഡിക, വെടിവെപ്പിൽ കുടുംബിനി മരിച്ച വാർത്ത ഇരുമ്പഴിക്കൂട്ടിൽ കിടക്കുന്ന ക്രുദ്ധസിംഹത്തിന്റെ കാതിൽ 'ഏതോ കാട്ടാളനെയ്ത കൂരമ്പായി' പതിക്കുന്നു.

തടവു ചാടുന്നതാണ് പിന്നത്തെ സംഭവം. അതിന്നു കൂട്ടുനിന്ന തോഴന്റെ കൊലക്കുറ്റകഥ വാച്യമായിപ്പറഞ്ഞിട്ടില്ല. അവൻ ഞാറ്റുപാടത്ത് കാട്ടാനച്ചെത്തം കാതോർത്തു കാവലിരിക്കുമ്പോൾ,

"കാട്ടാനപോയ്ക്കലക്കീ തൻ മാടത്തിന്റെ വിശുദ്ധിയെ
കത്തി നെഞ്ചിൽ തുരന്നിട്ടക്കരിങ്കുന്നു ചരിഞ്ഞുപോൽ!"

എന്നിങ്ങനെ ഉക്തിവൈചിത്ര്യത്തിൽ പൊതിഞ്ഞിരിക്കുന്നത് 'ചെന്താമരപ്പൊയ്കതോറും പോലീസു നുരകുത്തവേ' എന്ന വരികളിലേക്കു നമ്മെക്കൊണ്ടുപോകും.

എട്ടിൽ അജ്ഞാതവാസം. മത്സ്യത്തൊഴിലാളികളായ മുക്കുവരോടൊപ്പമായിരുന്നു ജീവിതമെന്നു സൂചിപ്പിക്കുന്നു. വ്യംഗ്യഭംഗിയോടുകൂടിയ ചിത്രണം:

"കൂമ്പാളത്തൊപ്പിവച്ചൊറ്റത്തടിയായ് ധീരമോഹമേ
കടലിൽ ചുറ്റവേ കൂറ്റൻ തിരയിൽ താണുപൊന്തവേ."

ഒമ്പതിൽ തിരിച്ചുവരവ്. വളർന്ന മകളുടെ താൻപോരിമ കണ്ട് അഭിമാനിക്കുന്ന അച്ഛന്റെ വർണ്ണനയിൽ,

("നിന്റെയുള്ളിലുദിക്കുന്നൂ നിഴലില്ലാത്തൊരമ്പിളി!)" അക്കിത്തത്തിന്റെ,

"ഹൃദയത്തിലുലാവുന്നു നിത്യനിർമ്മലപൗർണ്ണമി" "...കെട്ടുപോയെൻ കരളിലമ്പിളി" എന്നിങ്ങനെയുള്ള കല്പനകളുടെ മിശ്രിതമുണ്ട്.

പിന്നീട് തെരഞ്ഞെടുപ്പുരംഗം... പൊടിപാറിച്ചു ചീറിപ്പായുന്ന വാശികൾ; കൈക്കൂലിക്കൊടിയേന്തുന്ന ജാഥകൾ; ആത്മാർത്ഥത പുലർത്താൻ വേണ്ടി അഞ്ചോ പത്തോ പിടിപ്പിക്കൽ; മഞ്ഞക്കടലാസ്സിലെ വിപ്ലവം; വാഗ്ദാനത്തിന്റെ കറൻസി... (ദേവദത്തന്റെ യൗവനകാലത്തും 'കൂലിക്കൊടിപിടിക്കൽ' വർണ്ണിക്കപ്പെട്ടിട്ടുണ്ട്.)

പത്തിൽ അധികാരരംഗത്തെ വടംവലികൾ.

അധികാരികൾ എന്തുമെന്തും 'പ്രസ്താവിക്കെ' പരക്കുന്ന ജനായത്തപ്രകാശം; അധികാരികളുടെ ജടയിൽനിന്നു പിറക്കുന്ന വീരഭദ്രന്മാർ; കോൺട്രാക്ട് പാലം മീതെ ഉയരാൻ താഴെ ഒഴുകേണ്ട മദ്യനദി; മതേതരത്വമായ വർഗ്ഗീയത; പത്രപംക്തികളിലൂടെ ചിരിക്കുക;

ഒപ്പം ജനത്തിന്റെ മൺചട്ടിയിൽ കാർക്കിച്ചുതുപ്പുക... ഭരണത്തിന്റെ ഈവക കുടുക്കുകളിൽ പിടഞ്ഞു ശ്വാസംമുട്ടിച്ചാവുന്ന ജനം; ജനായത്തമരണത്തിന്റെ സാക്ഷികൾ.

ഈ നാറുന്ന പൊയ്മുഖം ദേവദത്തൻ വലിച്ചെറിയുന്നതോടെ കർമ്മകാണ്ഡം അവസാനിക്കുന്നു.

ബ്രഹ്മകാണ്ഡത്തിൽ, പിന്തിരിഞ്ഞ പടയാളിയായി ഉഗ്രശാപത്തിൽ പുളയുന്ന ദ്രൗണിയായി ഇല്ലത്തു തിരച്ചെത്തുന്ന ദേവദത്തൻ എണ്ണ തീർന്ന വിളക്കായി പടുതിരി കത്തുന്ന, ദുഃഖപ്പാറയായി ഘനീഭവിച്ച, ആഴിയേക്കാളഗാധമായ മൗനംപൂണ്ട, അമ്മയെക്കാണുന്നു. മകളുടെ അതിവിപ്ലവ സാഹസികതകളെക്കുറിച്ചറിയുന്നു. ശ്രീലകത്തുണ്ടായിരുന്ന പഞ്ചലോഹപ്രകാശത്തിനു പകരം തലകുത്തനെ നില്ക്കുന്ന തോക്ക്. ചോരക്കൈപ്പത്തി ചുമരിൽ. ശ്രീലകത്തു കാണുന്നത്, മകളുടെ പ്രവർത്തനങ്ങളുടെ ഈ രണ്ടു പ്രതീകങ്ങളും മനസ്സിൽ തെളിയുന്നതിന്റെ ചിത്രങ്ങളാണ്. അതിവിപ്ലവ സംരംഭങ്ങളെ നീതിമത്കരിക്കാൻ കഴിയാത്ത ദേവദത്തന്റെ ചിന്തകൾക്ക് ആവരണങ്ങളില്ല. ഉറയിട്ട കത്തികൾകൊണ്ടുള്ള കുത്തുകളല്ലാത്തതിനാൽ അവ തറഞ്ഞുകയറുന്നുണ്ട്.

രണ്ടാം ഖണ്ഡികയിൽ പുതിയ പ്രലോഭനങ്ങളും ദേവദത്തന്റെ പ്രതികരണങ്ങളും.

> "വഴിതെറ്റിപ്പോന്ന നിന്നെ കൂട്ടിലാക്കിത്തിരിക്കുവാൻ
> മുക്രയിട്ടെത്തിനില്ക്കുന്നൂ കൊടിപാറുന്ന കാറുകൾ"

കാറുകൾക്ക് കാളയുടെ ഇമേജ് നല്കിയതിന് 'മുക്ര'യല്ലാതെ മറ്റു യുക്തിയൊന്നും കാണുന്നില്ല. മുന്നണിഭരണത്തിൽ 'കാള'യ്ക്കും പങ്കുണ്ടായിരുന്നതാണ് വ്യംഗ്യമെങ്കിൽ അതു തെളിയാൻ മറ്റു ചിഹ്നങ്ങളെന്തെങ്കിലും വേണം. ഈ നാട്ടിലെ ജീവദുഃഖമളക്കാൻ വിദേശത്തു പോയിരുന്ന 'സുഹൃത്തമർ' തിരിച്ചെത്തിയപ്പോൾ ദേവദത്തന്റെ 'തിരിച്ചുപോക്കി'നെക്കുറിച്ചറിഞ്ഞ് വീണ്ടും ക്ഷണിക്കാനെത്തിയിട്ടും, തുറുങ്കിൽ കിടക്കുന്ന പുത്രിയെ രക്ഷിക്കാനായിപ്പോലും ചെങ്കോൽ കടന്നുപിടിക്കാൻ അയാൾ സന്നദ്ധനായില്ല. അതിസാഹസികരുടെ ഒന്നുരണ്ടു മൂഢസംരംഭങ്ങൾകൂടി സൂചിപ്പിച്ച് രണ്ടാം ഖണ്ഡിക സമാപിക്കുന്നു.

മൂന്നിൽ നാറാണത്തുഭ്രാന്തന്റെ അവസ്ഥ, കൂർമ്മധർമ്മം മുതലായ ഇമേജുകളിലൂടെ ദേവദത്തന്റെ ധർമ്മാന്വേഷണവും കിംകരണീയ ചിന്തയും വ്യഞ്ജിപ്പിച്ചിരിക്കുന്നു.

മകൾ ജയിലിൽനിന്നു കുഞ്ഞിനോടുകൂടി എത്തുന്ന നാലാം ഖണ്ഡികയിൽ ഒട്ടും വക്രോക്തികളില്ല. ഒരു പുതിയ യുദ്ധത്തിനുള്ള സന്നദ്ധതയുടെ ധ്വനി അർജ്ജുനവിഷാദയോഗത്തിന്റെ ആവാഹനത്തിലുണ്ട്. ധർമ്മക്ഷേത്രമായ കുരുക്ഷേത്രത്തിന്റെ വിളി ഉള്ളിൽ മുഴങ്ങുമ്പോൾ മൂന്നാം യാമമായിട്ടും (ജീവിതത്തിന്റേയും) ഉറങ്ങാതെ അസ്വസ്ഥനായിക്കിടക്കുകയാണ് ദേവദത്തൻ. പുതിയ യുദ്ധത്തിന്റെ രൂപഭാവങ്ങൾ ആസൂത്രണംചെയ്യാൻ അദ്ദേഹത്തിനു കഴിഞ്ഞിട്ടില്ല. ആ നേരത്താണ് വാതില്ക്കൽ മുട്ടു കേൾക്കുന്നത്. മകളും കുഞ്ഞും. ഇവൾക്കും കുഞ്ഞിനും, നങ്ങേമക്കുട്ടിയെപ്പോലെ ഇറങ്ങിപ്പോയ മൂത്ത ഓപ്പോളുടെ ഗതിവരില്ല. ദേവദത്തന്റെ ബാല്യത്തിൽ അവിവാഹിതയായ ഗർഭിണിയെ ഇല്ലത്തുനിന്നിറക്കി അയയ്ക്കുന്നു. അദ്ദേഹത്തിന്റെ ജീവിതസായാഹ്നത്തിൽ അവിവാഹിതയായ മാതാവിനെ അതേ ഇല്ലത്ത് സ്നേഹവാത്സല്യങ്ങളോടെ സ്വീകരിക്കുന്നു. ദേവദത്തന് ആർത്ഥികവിപ്ലവത്തിന്റെ ആസൂത്രകനാവുന്നതിൽ വിജയം ലഭിച്ചില്ല. എന്നാൽ സാമുദായികവിപ്ലവത്തിലും ധാർമ്മിക വിപ്ലവത്തിലും അദ്ദേഹം വിജയിച്ചു. വൈകാരിക സംഘർഷങ്ങളുടെ ഒരു ഘോഷയാത്രയാണ് ആ ജീവിതം. കരുണരസം അംഗിയും വീരം അംഗവും ആയ, ഹാസ്യമൊഴികെ മറ്റെല്ലാ രസങ്ങൾക്കും ഉപാംഗ സ്ഥാനമുള്ള, സ്നേഹതത്ത്വത്തെ നവരസങ്ങൾക്കും പരമാധാരമാക്കുന്ന ഒരു ഐതിഹാസിക ഗൗരവംപൂണ്ട, ഇതിവൃത്തമാണ് ഈ കൃതിയിലുള്ളത്. പ്രതിപാദനത്തിൽ ഇതിഹാസാനുഗുണമായ സാരള്യം വേണമെന്നു നിഷ്കർഷിച്ചാൽ പ്രാരംഭത്തിൽ പറഞ്ഞപോലെ ഛന്ദോബദ്ധമായ കഥാഖ്യാനമായിത്തീരും അത്. കവനശൈലിയിൽ ഇന്നേവരെയുള്ള വികാസപരിണാമങ്ങളെ തള്ളിമാറ്റിക്കൊണ്ട് ആ പഴയ യുഗത്തിലേക്കു മടങ്ങിപ്പോവാൻ സാദ്ധ്യമല്ല. അതുകൊണ്ട് 'ഗ്രന്ഥി'കളുള്ള ഇടങ്ങളിലൊക്കെ വികസ്വരമായ 'ശുശ്രൂഷ'യ്ക്കുള്ള സന്നദ്ധത ആസ്വാദകന്റെ കടപ്പാടുകൂടിയാണ്.

കലാകൗമുദി വാരിക, നവംബർ 1983

■